Đứng ngẩn Trông vời

Đứng ngẩn Trông vời

Tập truyện **Hoàng Quân**

Bìa: Họa sĩ **Khánh Trường**

Trình bày: **Lê Hân & Nguyễn Thành**

Kỹ thuật: **Tạ Quốc Quang**

Nhân Ảnh Xuất Bản **2018**

ISBN: **9781989924556**

Hoàng Quân

Đứng ngẩn Trông vời

Nhân Ảnh
2018

Gửi đến gia đình

với muôn vàn yêu thương

Hoàng Quân

Hoàng thị Ngọc Thuý

Đức Quốc, tháng Ba 2018

ĐỨNG NGẨN TRÔNG VỜI

- TỰA -

T. Vấn

1

Một tác phẩm văn học, khi ra mắt công chúng, thường được mở đầu bằng bài tựa. Bài tựa, nếu do chính tác giả viết, thường là để giới thiệu nội dung và ý đồ của tác giả khi dựng tác phẩm. Nếu bài tựa do một người khác viết - những bạn văn, thơ trong giới - thì thường có chủ đích vừa giới thiệu tác giả, vừa giới thiệu tác phẩm.

Trường hợp của nhà văn nữ Hoàng Quân với tác phẩm "Đứng Ngẩn Trông Vời" không lọt vào một trong hai trường hợp thông thường nêu trên. Cái tên Hoàng Quân (gợi cho người đọc nghĩ rằng đó là tên của một người nam) không xa lạ lắm với người đọc và hầu như nhiều độc giả đã biết Hoàng Quân là một người viết nữ và cô mượn tên đứa con trai của mình làm bút hiệu. Vả lại, "Đứng Ngẩn Trông Vời" là tác phẩm thứ ba của Hoàng Quân chỉ trong một thời gian ngắn ngủi *[Bông Hoa Trên Phím (2015), Nhớ Tiếng À Ơi (2016)]*. Do đó, Hoàng Quân không cần một bài tựa để "nhờ người khác" giới thiệu mình với độc giả. Vậy thì bài tựa này chỉ còn một nhiệm vụ là giới thiệu tác phẩm đến người đọc. Mà có ai hiểu rõ nội dung tác phẩm hơn chính tác giả?

Nhưng, đôi khi, những tình cờ của đời sống đã giúp cho chúng ta thoát ra khỏi những ước lệ, những khuôn mẫu quen thuộc hàng ngày.

Trong ý nghĩa này, văn chương không là ngoại lệ.

2

Một tình cờ của "duyên nợ văn tự" (chữ của Hoàng Quân dùng trong một bài viết) đã đưa Hoàng Quân đến với trang mạng văn học T.Vấn & Bạn Hữu do tôi phụ trách. Ngay lập tức, những truyện ngắn mang một vóc dáng rất riêng không thể lẫn vào với bất cứ tác giả nào khác – thành danh hay chưa thành danh, quá khứ hay hiện tại - của cô đã chinh phục được tôi, với tư cách chủ biên, cùng với sự thích thú trên tư cách độc giả. Chỉ một thời gian ngắn sau, trong chuyến du lịch của gia đình Hoàng Quân từ Đức qua Mỹ, tôi đã được gặp tác giả tại căn nhà của mình ở vùng ngoại ô thành phố Houston, nơi tôi mới dọn về nghỉ hưu. Và cùng với tác giả là hai nhân vật trong vô số nhân vật (có thật?) trong các truyện ngắn của cô. Đặc biệt, một trong hai nhân vật đó lại là người mà cô mượn tên làm bút hiệu Hoàng Quân, và cũng là nhân vật chính trong truyện ngắn "Đứng Ngẩn Trông Vời" được chọn làm tên chung cho tập truyện mà độc giả đang có trong tay. Nhân vật thứ hai là kẻ giữ một vai rất mờ nhạt so với nhân vật chính, dù anh là người góp sức cùng cô cho nhân vật chính ra đời.

Quả thực, gặp nhân vật lần đầu, tôi có cảm tưởng như chính mình đang "đứng ngẩn trông vời".

Cảm tưởng ấy, chắc chắn không giống như tác giả đã

ngậm ngùi khi kết câu truyện của mình "... *Vậy đó bỗng nhiên mà họ lớn*... Không biết Bê có khái niệm áo tiểu thư là gì chưa, đã có *trận gió tình yêu* nào đó thổi qua chưa. Riêng tôi, tôi thấy mình buồn buồn, đang đứng ngẩn trông vời đứa con mình khôn lớn, đủ lông cánh, xa dần khỏi tầm tay". (Đứng Ngẩn Trông Vời – Hoàng Quân).

Lần đầu tiên gặp nhân vật từ trong truyện bước ra, một nhân vật đặc sệt Huế với giọng nói, cách đi đứng, cử chỉ phong nhã của một thanh niên trên 30 tuổi vừa mới hoàn tất mảnh bằng trường Luật nơi xứ sở cậu được sinh ra, đi học, trưởng thành, không hề có một chút gì dính dáng đến miền đất thần kinh quê hương gốc gác của gia đình bên ngoại. Nhìn Hoàng Quân (*nhân vật*), tôi "đứng ngẩn trông" Hoàng Quân (*tác giả*). Đứa con trong tác phẩm (*nhân vật*) và đứa con trong đời thực của cô là hai đứa con song sinh. Chính xác hơn, cả hai chỉ là Một. Vì chúng giống nhau như hai giọt nước. Chúng "Huế" (Việt Nam) từ hình hài cho đến tâm hồn, dù cả hai đều được sinh ra ở một nước Đức xa xôi, nơi không có không khí Huế, thổ ngơi Huế, thức ăn Huế, nước uống Huế, sinh hoạt Huế nhưng vẫn có người con Huế (Hoàng Quân – *nhân vật và người thực*) được sinh ra và tạo thành. Tất nhiên, nơi đó có một bà mẹ Huế. Một bà mẹ Huế (Việt Nam) là đã quá đủ. Nhưng không phải bà mẹ Huế (Việt Nam) nào cũng sinh ra và nuôi dưỡng được những đứa con Huế (Việt Nam) như Hoàng Quân (*tác giả*) mà tôi đang nói đến ở đây.

"Đứng ngẩn trông" Hoàng Quân (*tác giả*) và Hoàng Quân (*nhân vật*), nhớ lại những truyện ngắn của cô tôi đã đọc một cách chăm chỉ, thích thú, tôi tin rằng cô là một trong những tác giả hiếm hoi đã đem được đời sống thật vào tác phẩm một cách khéo léo. Khéo léo đến độ người đọc không thể tự mình quả quyết những nhân vật trong truyện của cô là có thật hay hư cấu, dù những nhân vật ấy cũng quanh đi quẩn lại chỉ là cha mẹ, anh em, con cháu, bạn bè, thầy cô, bạn đồng nghiệp v...v...

Mặt khác, những góc cạnh sần sùi của đời sống thực, của con người thực cùng với những tình tiết không phải lúc nào cũng mang tính "văn chương" đã được tác giả tận dụng khả năng "thơ phú" (đọc nhiều, nghe nhạc thường xuyên, thích nghêu ngao ca hát, cộng thêm trí nhớ tốt) đem vào tác phẩm qua việc khôn khéo sử dụng chữ, trích dẫn nhạc thơ v..v... đã giúp "chà láng" bớt sự sần sùi ấy. Và cô làm công việc này một cách tự nhiên như sự việc vốn phải như thế nên dễ thuyết phục người đọc (tôi). Chính khả năng trời phú này của Hoàng Quân (*tác giả*) đã góp phần "đánh lừa" độc giả về tính hư cấu hay có thật trong các tác phẩm của mình.

3

Tập truyện "Đứng Ngẩn Trông Vời" ngoài nhân vật chính đã đứng trước cửa nhà tôi khoanh tay cúi đầu "Chào Bác ạ!" khiến tôi phải "đứng ngẩn trông" tác giả, còn có một số truyện khác kể về một số những nhân vật khác, gồm cả chó chuột chim cá, cùng với những bối cảnh làm nền tưởng chừng như không có chút liên hệ gì với nhân vật chính, nhưng người đọc mang cảm tưởng nhìn thấy thấp thoáng đằng sau hậu trường bóng dáng nhân vật chính khi ẩn khi hiện. Mối quan hệ máu thịt giữa tác giả và nhân vật chính hầu như chi phối toàn bộ tác phẩm, hay ít nhất, là phần lớn các truyện của tác phẩm.

Ngay tên của tập truyện: "Đứng Ngẩn Trông Vời" cũng dễ làm cho người đọc liên tưởng ngay đến những tình cảm mơ mộng lãng mạn của tuổi mới lớn. Vả chăng, nhân vật chính của tác phẩm cũng là một chàng trai trẻ tuổi, vừa mới túy lúy xong chén rượu Đại Đăng Khoa, thì việc chuẩn bị Tiểu Đăng Khoa phải là điều tất nhiên. Thế nhưng, suốt chiều dài câu chuyện, người đọc không hề thấy bóng dáng áo tiểu thư, để rồi đến cuối truyện, mới vỡ lẽ ra rằng tác giả đang "đứng ngẩn trông vời đứa con mình khôn lớn, đủ lông cánh, xa dần khỏi tầm tay". (Đứng Ngẩn Trông Vời – Hoàng Quân).

Từ đó, người đọc suy ra, chẳng phải ngẫu nhiên, tác giả lấy tên con trai làm bút hiệu cho đời văn (muộn) của mình. Năm mười năm nữa, nếu Hoàng Quân còn tiếp tục viết, và không đổi hướng, hẳn chúng ta sẽ chỉ cần đọc cô mà vẫn có thể biết được những thăng trầm buồn vui trong cuộc đời của nhân vật chính đã từng từ đời sống bước vào (đúng hơn, được mẹ dìu vào) những trang truyện từ thuở còn ấu thơ.

Đó là cái rất riêng của Hoàng Quân, cái làm nên một Hoàng Quân, cây bút lính đến nay đã góp mặt với làng văn hải ngoại 3 tác phẩm chỉ trong vòng hơn 3 năm ngắn ngủi.

T. Vấn

ĐỨNG NGẨN TRÔNG VỜI

Vậy đó bỗng nhiên mà họ lớn,
Tuổi hai mươi đến có ai ngờ,
Một hôm trận gió tình yêu lại
Đứng ngẩn trông vời áo tiểu thư
(Huy Cận)

Buổi sáng, thường thường ngày nào cũng một tuồng tương tự, tôi vừa sửa soạn đi làm, vừa hò hét kêu Bê dậy đi học. Lâu lâu tôi phải lên giọng doạ dẫm:

- Nếu Bê cứ ngủ nướng như vậy, Mẹ sẽ giao công tác buổi sáng cho Ba. Ba sẽ áp dụng kỷ luật sắt.

Bê nhừa nhựa ngái ngủ:

- Thôi, con thích Mẹ kêu con dậy thôi.

Khi Bê đánh răng, tôi đã xong áo sống lượt là, dọn cho Bê bữa điểm tâm gọn trước khi đi học. Rót sữa vào chén để ăn với cốm, Bê hỏi:

- Hôm nay Mẹ không đi làm sao?

- Có chứ. - Tôi ngạc nhiên.

- Sao Mẹ không thay áo quần cho rồi.

Buổi sáng không phải là lúc Bê thích chọc ghẹo tôi.

- Mẹ chuẩn bị xong xuôi rồi, Mẹ đi sau con một chút như thường lệ.

Giọng Bê hấp tấp:

- Mẹ, Mẹ mặc áo đầm này đi làm hả?

- Ừ, thì mùa hè mà.- Tôi nhìn áo đầm trên người mình, với những hoa hướng dương màu sắc như tranh của Van Gogh. Tôi không nghĩ áo đầm này có một nét nào giống áo ngủ. Hoa hướng dương đang là thời trang năm nay. Cái áo đầm rất xinh trong mắt tôi.

- Nhưng Mẹ đâu mặc áo này được!

Tôi nhìn Bê, dò hỏi:

- Ở hãng mẹ, người ta vẫn mặc đầm như vầy đi làm.

- Nhưng mà cái áo này là cho, là cho... *Mädchen*[1].

Tôi thở phào, trêu Bê:

- Thì Mẹ cũng là *Mädchen* chứ sao.

Bê nghiêm giọng:

- Không phải. Mẹ là người không trẻ, mà cái áo như vầy rất "*in*"[2] cho mấy đứa con gái trong trường con.

Hai mẹ con ngừng đối thoại về cái áo đầm có hoa hướng dương. Bê mang cặp trên vai, ngập ngừng ở cửa như muốn nói điều gì. Tôi đoán ngay:

- Bây giờ Mẹ không đủ thì giờ thay áo khác. Nhưng ít bữa, Mẹ sẽ không mặc áo này đi làm nữa.

Suốt đoạn đường đến hãng, Tôi nghĩ hoài về nhận xét của Bê. Tự đó đến giờ, Bê có hề để ý đến áo quần của Bê đâu. Áo quần của người khác lại càng chẳng quan tâm. Vậy mà, tự lúc nào Bê biến trong phòng tắm lâu hơn để chải đầu, xịt keo lên tóc trước khi đi học. Bê bớt mặc cả với tôi từng phút xin ngủ nướng mỗi sáng. Có ngày, Bê còn xăng xái tự thức dậy sớm để đủ thời giờ "trang điểm". Bê cứ băn khoăn, sao tóc mình hay bị chỉa. Ở nhà, Bê đội suốt cái nón len, để những sợi tóc mất trật tự được ép đi vào khuôn khổ.

Tôi tập dần quen với suy nghĩ bước vào tuổi chớm già của mình. Nhưng vẫn chưa muốn nhận thấy con mình không còn là đứa trẻ nhỏ, chạy lúc thúc theo mình, vòi vĩnh, đòi bồng ẵm. Vài năm trước, Bê bể giọng, ồ ề. Tôi cứ tự nhủ, kiểu tự kỷ ám thị, thằng nhóc chắc mặc áo quần không đủ ấm nên bị cảm lạnh. Tôi như cố tránh ý nghĩ, con mình đang bước vào tuổi dậy thì. Tôi nhớ, mới năm nào đây, Bê vào lớp một trường tiểu học. Bê thành "người lớn" một sớm một chiều. Ba năm ở mẫu giáo Bê là Bê. Một hôm, bà Hahn vui vẻ kể cho tôi nghe rằng, bé Sandra con bà, đã "chỉnh" bà. Khi bà hỏi Sandra về Bê, Sandra lên giọng:

- Mama ơi, Bê bây giờ là người lớn rồi. Tụi con không phải trẻ nít ở *Kindergarten* nữa. Tụi con đã đi *Schule*. Bây giờ nó là Quân. Mama không được gọi nó là Bê nữa nhe.

Lên trường, Bê là Quân, phân biệt rạch ròi. Nhiều thầy cô đọc tên Bê là Kwan. Khi Bê xong lớp bốn, chuẩn bị lên trung học, tôi chợt có ý nghĩ, ra sở hộ tịch đặt thêm cho Bê cái tên thời thượng, Kevin, Philipp gì đó cho người Đức dễ gọi. Vợ chồng tôi vừa đặt vấn đề, Bê tỏ vẻ giận dữ:

- Con là Quân, chớ không phải tên gì khác.

- Tại Ba Mẹ chỉ sợ có người gặp vấn đề với tên của con.

- Hồi giờ đâu có ai gặp vấn đề gì đâu! Nếu ai không phát âm được tên của con, ráng chịu.

Coi như hồ sơ đổi tên của Bê xếp lại nhanh chóng.

Tôi nhớ mới năm nào đây, Bê học nói. Chữ Mẹ của Bê dần dà thành chữ Mẹ-ẵm. Bởi Bê ghiền được Mẹ ẵm lắm. Bê không gọi tôi là Mẹ ơi, mà gọi là Mẹ ẵm. Có lần trái gió trở trời Bê khóc ư ử suốt, tôi vác Bê hoài cũng đuối. Thấy Bê nhắm mắt thiu thiu ngủ, tôi định chuyền Bê qua chị Thành để nghỉ ngơi, kiếm chút chi bỏ bụng. Vậy là Bê khóc ré lên, mắt vẫn nhắm tít. Chị Thành lắc đầu:

- Thôi, tao trả lại. Nó làm như ai ngắt véo nó không bằng.

Thiệt ra, Bê đâu cần phải mở mắt mới nhận ra Mẹ. Bê đang thích nhõng nhẽo, mà biểu Bê xa mùi Mẹ, là Bê la làng ngay.

Thuở cậu Thạch mới "o" cô Lư, cùng với nhiều cậu bạn khác ghé Bad-Nauheim chơi. Rồi sau đó đi xem triển lãm xe hơi ở Frankfurt. Cậu Thạch rủ dại:

- Bê đi coi xe hơi không?

Nghe tới xe hơi, Bê thích mê tơi:

- Dạ, con đi liền.

Bê lật đật lấy giày, lấy áo. Cậu Thạch nhắc:

- Mà đi không có Mẹ Bê đâu nhe.

- Con thích đi với cậu thôi à. -Bê nói tướng.

Đi chơi với mấy cô cậu vui quá trời. Tới Frankfurt, xe cộ đông ơi là đông. Lúc đến cổng trình thẻ vô cửa, Bê thấy chỉ còn vui chút xíu, Bê bắt đầu thấy vắng mẹ. Người ta đông quá, mà toàn là người lạ, không có ai dễ thương như Mẹ của Bê. Bê không thấy vui nữa. Bê muốn có Mẹ ở đây. Bê níu tay cậu, mếu máo:

- Cậu Thạch ơi, con muốn về, con nhớ mùi Mẹ.

Mấy cậu xúm lại dỗ Bê:

- Mình lại gian hàng coi xe Mercedes nhe.

Bê dùng dằng không chịu đi. Cậu Thạch ngồi xổm, nói Bê leo lên lưng cậu. Ở hãng Mercedes, cậu xin cho Bê một hộp đựng viết màu hình cây bút chì bằng gỗ thật to. Bê hơi hơi tươi lên một tị, như vậy Bê tha hồ vẽ. Cậu Thạch thả Bê xuống. Bê ôm chặt hộp đựng viết, Bê nhớ Mẹ quá, Bê đi không nổi. Không lẽ cứ đứng hoài ở quày hàng xe có ngôi sao này à. Mấy cậu còn muốn đi coi mấy chiếc xe BMW đời mới nữa. Đến đâu Bê cũng được cho quà, Bê chỉ vui lên một chút, rồi Bê lại ra rả điệp khúc, "Bao giờ mình về Mẹ?". Mấy cậu vừa phải dỗ ngọt, vừa phải nghiêm giọng cho Bê biết, là bao giờ coi đã đời mới về.

Chiều tối, cả nhóm cùng về. Vừa thấy tôi, Bê chạy lại, khóc mếu máo. Hai mẹ con ôm nhau như thể không gặp nhau cả vài năm. Bê thút thít:

- Con không bao giờ đi đâu mà không có Mẹ.

Cậu Thạch than trời vì phải cõng Bê sụm cả lưng. Có cậu còn gọi Bê là *D'artagnan*, không phải tại Bê giống mấy chàng ngự lâm pháo thủ, mà tại Bê thiếu mẹ, Bê nhăn nhó khó thương. Cậu Nghĩa than:

- Cái thằng Bê này không biết điều gì hết. Cậu nó mới cua được đào. Tưởng đâu có dịp nắm tay đào đi ngắm xe hơi. Rốt cuộc, chỉ nghe ông Đặc –Ta-Nhăn Bê lèo nhèo khóc đòi mẹ.

oOo

Bé Kim thấy trong phòng chú Kem có hình cô tóc dài. Bé Kim hỏi tôi:

- Ai vậy cô?

- Đó là cô Hồng, bạn chú Kem.

Mặt bé Kim nghiêm lại:

- Không có được. Con gái không có được làm bạn với

con trai.- Mặt bé Kim ta đây như bà cụ non.

Tôi kể cho mẹ Kim nghe mà không nín cười được. Yến nói:

- Đối với Bé Kim, chỉ có anh nó mới được phép làm bạn với nó thôi. Còn trong vườn trẻ, Kim chỉ chơi với con gái thôi.

À, như vậy cũng giống Bê hồi nhỏ. Những năm Bê ở tiểu học và thời gian mới vào trung học, đám bạn của Bê toàn là con trai. Bê chỉ chơi với các em gái bà con họ hàng mà thôi. Ngoài ra, Bê chê con gái chung chung là *komisch*[3]. Bê kể về bữa tiệc sinh nhật chỉ có Alex, Michael, Daniel. Nhưng bây giờ thì khác rồi. Đôi khi Bê cũng nhắc những tên Alexa, Michaela, Daniela, tức là với những mẫu tự "a" cuối tên giúp tôi nhận ra, "A! Cậu ấm nhà tôi bây giờ cũng có "giao thiệp" với con gái nữa."

Thiệt ra, Bê cũng tập đối đáp với phái nữ, mà đại diện là tôi. Bê biết viết tiếng Việt đến bây giờ đã gần mười năm. Vậy mà, mỗi lần sinh nhật tôi, Bê cứ chúc một câu căn bản: Chúc Mẹ vui vẻ, trẻ đẹp. Thật ra, Bê có thể sử dụng nhiều từ ngữ rắc rối hơn. Nhưng Bê lựa những chữ đơn giản để viết... cho chắc ăn. Lâu lâu Bê khen:

- Mẹ đẹp.

Tôi cười tươi:

- Chắc không?

Bê ôm lấy tôi cười rúc rích:

- Con cũng không biết nữa, mà cứ khen cho chắc ăn.

Bê rất thích xài cụm chữ: Cho chắc ăn. Thỉnh thoảng, Bê nói cho tôi lên tinh thần:

- Mẹ trẻ.

- Trẻ như ai?

- À, à, Mẹ trẻ hơn mấy người già.

Bê chỉ tôi chơi cờ *Pokemon*. Ai dè, tôi cũng cao tay cờ, làm Bê thỉnh thoảng phải xuống nước năn nỉ. Bạn của tôi dự báo rằng: Nếu Bê tìm bạn gái dựa theo tiêu chuẩn như Mẹ Bê, coi chừng Bê ế chỏng chơ.

oOo

Em gái tôi lo lắng kể với tôi:

- Tụi em mất ngủ mấy hôm nay.

- Có chuyện gì vậy?

- Hôm sinh nhật bé Cốm, tiệm hoa mang đến 14 hoa hồng, thật đẹp. Em hỏi người gởi là ai, tiệm hoa nói họ không được phép trả lời.

Nghe đâu em gái tôi trằn trọc mấy canh, duyệt qua danh sách những "thủ phạm tình nghi". Biết, mấy chục năm trước, tuổi mười ba đã được gọi là nàng, đã làm cho chàng *về yêu hoa cúc* hoặc *mến lá sân trường*. Nhưng bây giờ, bé Cốm vẫn bé tí teo trong mắt con em tôi. May quá, cô em tôi sớm tìm được ra manh mối. Cũng là con cái chỗ quen biết. Hơn bé Cốm được... một tuổi. Tự nhiên tôi đâm ra cảm tình với thằng bé có vẻ lãng mạn này. Mấy đứa con nít khác chỉ hít hà tiếc rẻ. Phải chi thằng nhóc mua *chips và sô- cô- la* đem tặng, cả đám nhào vào, tha hồ mà chung vui. Hỏi ra, biết đó là Du, nhỏ hơn Bê vài tháng. Hồi xưa khi còn ở Bad- Nauheim, có lần vợ chồng tôi dẫn Bê đến nhà Du chơi. Hai đứa có chụp hình chung. Vậy là Cốm đưa cho Bê một *mission... possible*: "Tìm tấm hình đó cho Cốm". Xui, mấy hôm đó tôi đi làm xa. Tôi vừa gọi về, Bê chưa kịp hỏi thăm Mẹ khoẻ không, mà chỉ vội hỏi tôi còn nhớ cất tấm hình ở đâu. Theo như hướng dẫn của tôi, Bê đã lật mấy cuốn *Album* to tướng, cuối cùng tìm ra tấm hình như tôi diễn tả. Trong hình có hai đứa bé thật, có điều chụp từ xa, hai đứa như hai con kiến. Bê đoán mình là đứa bé mặc áo thun sọc ngang. Nhưng Bê đâu có thấy mặt mũi Du ra sao. Thôi đành chờ hôm nào về Bad - Nauheim, Bê sẽ coi Du ra sao, mà Mẹ cứ xuýt xoa khen thằng bé dễ mến.

Mỗi lần Bê báo tin sẽ về nhà ông bà Ngoại là Cốm, Ô Mai trông đứng, trông ngồi. Khi Bê đến, đứa thì nhảy lên ôm cổ, đứa chạy lại chập bàn tay chào nhau. Tôi nói với Ô Mai:

- Bây giờ vui như vậy, chứ ít bữa anh Bê có bồ, đâu được như vậy nữa.

Ô Mai lắc đầu:

- Tụi con cứ như vậy hoài.

- Ô Mai có chắc không? Có bồ là anh Bê quên mất tiêu mấy đứa à.

- Không, con biết chắc mà. - Ô Mai nhỏ giọng- Bây giờ

anh Bê có *Freundin*[4] rồi, mà tụi con vẫn vui đó.

Tôi giật mình, hỏi dồn Ô Mai:

- Thiệt không, thiệt không?

- Dạ, thiệt mà. Nhưng chuyện này chỉ có tụi con biết thôi.

Chỗ quen biết, Ô Mai bật mí cho tôi nghe:

- Nhưng con không kể thêm gì nữa đâu. Mà thôi, con kể nhỏ cho dì nghe. Ô Mai dí sát vào tai tôi, thì thầm, bồ của anh Bê là con gái đó.

Tôi thở phào nhẹ nhõm. Thời buổi bây giờ, chi tiết này kể ra cũng rất giá trị. Tôi bắt đầu nghe ngóng các trao đổi của những bậc phụ huynh có con trai lớn. Tôi nghe kể, con trai lớn của bà chị họ đưa bạn gái về nhà chơi, cậu dắt cô đến chào bác trai, bác gái rồi cùng nhau "lặn" về phòng cậu. Chị hối chồng chạy ra tiệm thuốc tây mua "hệ thống phòng thủ". Anh dãy như đỉa phải vôi, "Bà còn vẽ đường cho hươu chạy nữa". Anh nhất định không rời bỏ "hiện trường". Anh nóng ruột đi lui đi tới ngoài hành lang, giống như lính của hoàng gia Anh canh giữ lâu đài. Chị không còn cách nào khác, vội lấy xe, chạy ù ra phố. Về nhà, chị gõ nhẹ cửa phòng, bảo cậu ra cho chị nói chuyện. Rồi chị kín đáo dúi vào tay anh con trai món hàng vừa mua. Tôi tấm tắc ngưỡng mộ, "Trời trời, chị ngầu quá. Rồi khi đưa cho nó, chị nói sao?" Nhiều người cười tôi, khéo lo bò trắng răng. Bê đang trung học. Thong thả mà, đến khi cần, tự nhiên nghĩ ra à.

Bây giờ, Bê còn một năm nữa là tròn 18 tuổi. Tôi cứ lo

lắng miết. Lỡ có khi tôi ở vào tình huống như bà chị họ, liệu tôi có đủ bình tĩnh chạy ra tiệm thuốc tây chăng. Tôi cũng chưa tưởng tượng được rồi mình sẽ nói ra sao với Bê.

oOo

Giỡn sóng lâu thấm mệt, tôi về phòng trước. Tính mở tủ lạnh lấy nước uống, mắt tôi chợt dừng lại. Một vỏ sò điệp xinh xắn trên bàn. Có lẽ của con Bé, con của cô bạn đi chung. Con Bé chắc vào nhầm phòng, nên để trên bàn của phòng gia đình tôi. Tôi mân mê vỏ sò trong tay. Gần 30 năm trước, có người đem tặng tôi cái vỏ sò, trong có nắn nót mấy chữ "Ra biển nhớ người anh thương". Tôi đã quýnh quíu, hốt hoảng dấu vội vỏ sò, tưởng như cả nhân gian đang chằm chằm nhìn thấy tôi... phải lòng người dưng. Tôi không dám ngó người ta. Tôi phân vân không biết làm sao giữ bí mật to lớn này. Cất vỏ sò vào cặp, sợ chúng bạn bắt gặp. Tôi đổi ý, lấy ra. Để trong tủ áo quần, sợ chị em biết "tội" của mình, tôi không yên lòng. Cuối cùng, tôi đã dấu vỏ sò sau những chậu cây trong vườn um tùm của Ba tôi. Đi học về, ngó quanh quất không thấy ai, tôi len lén đem vỏ sò ra ngắm, bâng khuâng. Nhiều biến động, tai ương đến với gia đình tôi. Tôi không còn dịp nâng niu vỏ sò. Tôi không biết đã đánh mất vỏ sò ở đâu, lúc nào. Người ta cũng biệt tăm. Tôi không còn hình dung người ta ra sao. Bởi, có hồi nào tôi đã ngước nhìn thẳng mặt đâu. Nhưng vỏ sò, vẫn cứ đậm nét trong trí nhớ của tôi. Phút giây này, tôi tưởng mình đang bồi hồi, bối rối như cô bé học lớp chín xưa lắc, xưa lơ. Tôi nghĩ thầm, lát nữa tôi sẽ xin con Bé cái vỏ sò này. Rồi tôi lúc lắc đầu một mình. Thôi khỏi, trong ký ức tôi vẫn nguyên vẹn cái vỏ sò năm xưa. Tôi mở cánh cửa thông qua phòng cô bạn, đặt chiếc vỏ sò lên bàn cạnh giường. Trở về phòng mình, tôi nằm nhoài ra.

Nửa tỉnh, nửa ngủ, tôi như đang trong giấc mơ thật nhẹ nhàng. Bê vào phòng lúc nào tôi không hay, đang nóng nảy tìm kiếm gì đó.

- Mẹ, Mẹ, nãy giờ mấy đứa nhỏ có vào phá phòng mình không?

- Không, chỉ có Mẹ về trước, chứ mọi người đang ngoài bãi biển mà.

Bê ngập ngừng:

- Mẹ có thấy cái vỏ sò để trên bàn không?

Tôi nhỏm dậy:

- Có, mà sao?

- Mẹ cất ở đâu?

- Mẹ đem qua để bên phòng của cô Dung.

- Tại sao? ... Của con mà.

- Con định tặng cho Mẹ phải không?

Bê ngần ngừ:

- Dạ... không. Con qua phòng cô Dung lấy lại nghe.

Bê vội vàng chạy qua phòng bên.

Đột nhiên, tôi tỉnh hẳn. Trong trí tôi bao nhiêu là câu

hỏi, bao nhiêu là giả thuyết. Cu Bê đã nhặt vỏ sò, không phải để tặng Mẹ như từ trước đến giờ. Bê vẫn hay tặng tôi những thứ lỉnh kỉnh dễ thương. Ô, vậy là, vậy là, Bê có dự định tặng cho "con bé" nào đó sao! Ý nghĩ đó làm tôi như giật bắn cả người. Con bé chắc học ngang lớp Bê, cũng mười bảy như Bê? Hay học dưới lớp Bê, cỡ tuổi tôi hồi đó? Bê sẽ có viết gì trong vỏ sò không? Ui chao, con bé đó có cuống quít không. Có như tôi, có vội vàng cúi đầu, dấu mặt vì sợ người ta biết nó xao xuyến. Ồ, có lẽ không. Tụi trẻ bây giờ dường như là vật chất lắm. Tụi nó tặng nhau những dĩa nhạc thời thượng. Thâu cho nhau cả trăm bản nhạc vào *ipod*. Đứng cạnh nhau mà vẫn gởi thư *sms* qua điện thoại di động ào ào. Biết đâu, khi Bê đưa cho "nó" món quà, con bé nhún vai, nhíu mày một cách dễ ghét, hỏi vặn Bê: *Was kann ich damit anfangen*[5]*?*

Vậy đó bỗng nhiên mà họ lớn, ... không biết Bê có khái niệm áo tiểu thư là gì chưa, đã có *trận gió tình yêu* nào đó thổi qua chưa. Riêng tôi, tôi thấy mình buồn buồn, đang đứng ngẩn trông vời đứa con mình khôn lớn, đủ lông cánh, xa dần khỏi tầm tay.

(1) Mädchen: Con gái
(2) in: hợp thời
(3) komisch: kỳ cục
(4) Freundin: bạn gái
(5) Was kann ich damit anfangen: Tôi/Em làm gì với cái quái này?

YÊU LỜI MẸ RU

Bạn học của Mẹ gặp Bê lần đầu, cười, nói với Mẹ:

- Thấy thằng Bê, khỏi hỏi, biết ba nó là ai liền.

Người bạn khác tiếp lời:

- Nghe Bê nói một câu, cũng biết đích thị mẹ nó là ai.

Bê đã học giọng Huế từ khi còn trong bụng Mẹ. Mẹ đã ru Bê bằng những bài học thuộc lòng khi Mẹ ở tiểu học:

Trường em xây ở ven sông
Bóng in đáy nước, nhòa trong cát vàng.
Xưa đây là bãi cỏ hoang,
Nay ngôi trường đẹp với hàng cây xanh

...

Hoặc bài *Giờ Quốc Sử* thật dài:

Những sớm mai bình minh le lói chiếu,
Trên non sông làng mạc ruộng đồng quê
Chúng tôi ngồi yên lặng lắng tai nghe,
Tiếng thầy giảng suốt trong giờ Quốc Sử.
Thầy tôi bảo: Các em nên nhớ rõ,
Nước chúng ta là một nước vinh quang

...

Hoặc Mẹ ầu ơ:

Bà ơi! cháu rất yêu bà,
Đi đâu bà cũng mua quà về cho.
Hôm qua có chiếc bánh bò,
Bà chia cho cháu phần to nhất nhà.

Đôi khi Mẹ đọc những câu ca dao bình dị:

Con mèo con chó có lông
Bụi tre có mắt nồi đồng có quai
Chiều chiều ông Ngự đi câu
Cái ve, cái chén, cái bầu, sau lưng.

Thời gian Bê học ở vườn trẻ *Am Goldstein*, buổi sáng Mẹ đưa Bê đến trường. Hôm nào Mẹ đi học, buổi trưa, ông Ngoại đi xe buýt, đón Bê về nhà ông bà Ngoại ở tới chiều, chờ Ba Mẹ về. Bê nói theo giọng ông bà Ngoại, cho nên Bê còn... Huế hơn cả Mẹ.

Bê sung sướng kể cô Oanh nghe:

- Con sắp sửa đi Ý.

Cô Oanh béo má Bê:

- Đi ị thì đi lẹ lẹ, chớ còn ở đó mà nói nữa. Hèn gì, nãy giờ bốc mùi.

Bê lắc đầu:

- Dạ không, tuần sau mới đi được.

Cô Oanh nghiêm giọng:

- Con không đi ị mỗi ngày, đau bụng phải đi bác sĩ để khám bịnh đó.

Bê giảng giải:

- Dạ không, cô Oanh không biết gì hết. Ý xa lắm, đâu đi mỗi ngày được.

Lúc đó, Mẹ phải xen vô thông dịch:

- Cu Bê sắp sửa du lịch qua nước Ý đó cô Oanh.

- Chu mẹc ơi, đi Ý mà ổng cứ nói đi ị thì ai mà biết.

Khi vào vườn trẻ, vốn liếng tiếng Đức của Bê rất gọn gàng. *Mama* là mẹ, *Papa* là ba, *Auto* là xe hơi, *essen* là ăn, *pipi* là đi tè. Vậy thôi. Ban đầu, Mẹ sợ Bê gặp khó khăn, vì không nói được tiếng Đức. Nhưng ai cũng bảo Mẹ chỉ khéo lo. Trẻ con học ngoại ngữ rất nhanh. Không việc gì phải bận tâm. Bê đi học thấy vui vui. Nhưng có hôm Bê nhớ Mẹ quá sá. Bê khóc bù lu, bù loa. Bê kêu Mẹ ơi, Mẹ ơi, chứ Bê không thích gọi *Mama*. Các cô giáo đoán Bê kêu Mẹ. Bà Hahn, mẹ của Sandra, tự nguyện bế Bê trong lòng suốt buổi cho đến khi Mẹ đến đón Bê về.

Mỗi buổi sáng, Mẹ bỏ trong cặp Bê một ít đồ ăn. Vài trái nho, miếng bánh mì, một hũ sữa chua kèm theo cái muỗng nhựa đẹp Bê vẫn thích. Đến giờ ăn sáng, tất cả bày đồ ăn ra bàn. Bê cũng bắt chước mấy bạn đồng thanh, *Wir wünschen allen guten Appetit* (Chúc mọi người ăn ngon). Ăn xong, Bê phụ cô giáo dọn dẹp lau bàn. Cô giáo dẹp muỗng nhựa của Bê xuống bếp. Bê muốn nói với cô giáo, muỗng đó của Bê. Nhưng Bê đâu biết cái muỗng tiếng Đức gọi là gì. Nên Bê cứ níu áo cô Gabi nói *essen, essen*. Cô giáo lắc đầu, nói, không được. Khi Mẹ đến đón Bê, cô Gabi kể, Bê hôm nay cứ đòi ăn thêm. Mẹ hỏi, Bê đói bụng lắm phải không. Bê kéo Mẹ xuống nói nhỏ, Bê không đói bụng, nhưng Bê muốn đòi cái muỗng của Bê, cô giáo dẹp cất trong bếp. A, thì ra vậy, Mẹ vui vẻ cắt nghĩa cho cô giáo nghe sự hiểu lầm nho nhỏ.

Bê mê xe lắm. Mẹ cũng học hỏi thêm để "thảo luận" với Bê về xe cộ. Mẹ kể, hồi xưa ở Việt Nam, chú của Mẹ có chiếc xe con cóc. Mẹ nhớ đó là xe *VW Käfer**. Hôm Bê chơi ngoài ban công, Bê thấy con *Käfer,* mừng rỡ, Bê vội kêu lên:

- Mẹ ơi, có con cóc ở bông hoa đây.

Vậy là Mẹ mang cuốn sách to ơi là to, chỉ cho Bê coi hình con cóc và con bọ cánh cứng.

Sau này, các cậu đính chính. Ông chú quả thật có chiếc xe con cóc. Nhưng đó là xe *Citroen deux cheveaux* chớ không phải *VW Käfer.* Mẹ cười xí xoá với Bê:

- Tại hồi đó Mẹ chưa có Bê, Mẹ "dỏm" lắm, đâu có rành như bây giờ. Xe nào cũng có bốn bánh, đầu đuôi tròn tròn, làm sao Mẹ phân biệt được.

Mỗi lần về nhà bà Nội, bà Nội hỏi Bê:

- Con doi ra sao hả Bê?

Bê liến thoắng:

- Con doi nó có cái dòi.

Rồi Bê cao giọng "thuyết minh" cho Mẹ:

- Tức là con voi nó có cái vòi đó Mẹ.

Mấy cô chú cười, khen Bê giỏi ngoại ngữ.

Thỉnh thoảng Mẹ nhờ Bê ghi chép những món hàng Mẹ sẽ mua ở chợ. Có hôm, Ba muốn trổ tài nấu bún bò. Ba nhờ Bê ghi vào giấy mua thịt. Ba đọc, "1 ký giò heo" Bê cẩn thận viết, "1 ký vò heo". Mẹ bỏ nhỏ cho Bê rằng, giò heo mới đúng.

Bê phân trần:

- Ba nói dui dẻ, nhưng ý Ba là vui vẻ.

Bê vùng vằng:

- Tiếng Việt kỳ cục, kỳ cục.

Mẹ nói, ai cũng có lúc bị "trục trặc kỹ thuật", dù cùng trò chuyện tiếng Việt với nhau. Lần đó, Ba Mẹ Bê đi khu chợ Việt Nam ở Cheb, Tiệp Khắc gần biên giới Đức. Qua đó, một công mấy chuyện. Ba Mẹ mua gạo. Gạo bên đó vừa ngon, vừa rẻ. Rồi ghé vô tiệm cắt tóc, thế nào cô thợ sẽ hỏi, "Cô cắt đầu đinh cho cháu nhé". Kiểu đầu thời trang này, bạn Bê khen "ngầu", mà cô gọi đầu đinh, nghe tức cười quá. Sau đó, đi coi những chậu đất trồng cây, coi các dĩa phim và nhạc. Cuối cùng ghé vào tiệm ăn. Ăn xong, Mẹ nhờ Ba mua cho Mẹ gói xôi đậu phụng. Ba nói với cô bán hàng:

- Chị cho một phần xôi đậu phụng.

Cô bán hàng nhanh nhẩu:

- Vâng, một gói xôi lạc ạ.

Ba do dự:

- Đừng lạt, chị làm ơn cho xôi mặn đi.

Cô bán hàng vui vẻ:

- Vâng, thế có ruốc đây.

Ba lắc đầu nguầy nguậy:

- Thôi, thôi, đừng cho ruốc vào. Xôi không như vậy thôi.

Cô bán hàng chiều ý khách:

- Vâng, tùy anh.

Mẹ theo dõi đối thoại của Ba, nháy nháy mắt với Bê:

- Tiêu Ba rồi Bê ơi. Ba gặp vấn đề với "ngoại ngữ" đó Bê.

Vừa lúc đó Ba đem gói xôi chay tới. Ba lật đật kể:

- Dân Bắc ăn uống quái chiêu thiệt! Xôi đậu phụng mà ăn với mắm ruốc.

Mẹ không nín cười được:

- Không phải đâu anh. Ruốc tức là thịt chà bông, em còn gọi là thịt chấy đó.

Rồi Mẹ cắt nghĩa cho hai cha con rằng, lạc là đậu phụng. Giọng bắc phân biệt lạt và lạc. Còn giọng trung và nam phát âm gần như giống nhau.

Bê khoái chí:

- Mẹ thấy chưa, Ba còn te tua như vậy. Con lâu lâu nói lầm, hiểu sai một tí đâu sao. Mà nhiều khi con nói tầm bậy, tầm bạ, chớ cũng đúng tùm lum, tà la.

Thỉnh thoảng Bê siêng, Bê làm bánh mì bỏ trong hộp

cho Mẹ đem đi làm. Bê cẩn thận viết trên giấy dán nắp hộp, "Chúc Mệ ăn ngon". Mẹ cười vui:

- Bánh mì Bê làm, thể nào mẹ ăn cũng ngon. Nhưng mẹ gọi bà Ngoại và bà Nội của mẹ là Mệ. Không sao, lần sau Bê viết cho trúng nghe.

Bê cảm thấy "quê xệ" quá. Chữ dễ như vậy mà viết sai, kỳ thiệt. Bê vội bào chữa:

- Con nghĩ, nhiều khi Mẹ là Mệ đó chứ. Tại Mẹ mang kính cho người già. Mẹ thỉnh thoảng bị đau lưng đó.

Mẹ chồm qua vặn nhẹ tai Bê:

- Thằng ni xạo quá. Ngó bộ ít bữa lớn, Bê đi làm luật sư được đó.

Bê lúc lắc đầu:

- Sao bữa trước Mẹ nói con sẽ thành bác sĩ, tại con viết chữ như gà bới.

Cuối tuần, Bê học tiếng Việt với Mẹ. Mẹ dạy Bê câu "Ăn quả nhớ kẻ trồng cây". Bê không đồng ý:

- Con ăn quả nhớ công Ba Mẹ đi chợ. Ba Mẹ trả tiền là trả công cho người trồng cây rồi.

Bê học được câu nào hay, gặp dịp, Bê hành ngay. Trong bữa ăn, Bê thấy nồi còn chút cơm, Bê hỏi:

- Ba Mẹ ăn thêm cơm không?

Ba nói:

- Không, con ăn đi.

Mẹ cười vui:

- Bê biết hỏi như vậy là rất giỏi. Mẹ mừng ghê.

Bê "nổ" liền:

- Con mà! Ăn trông nồi, ngồi trông hướng.

Mẹ hí hửng, kể đi, kể lại cho mọi người, rằng tiếng Việt của Bê "chiến" lắm. Cho nên, cuối tuần sau đó, Mẹ phát cho Bê bảng danh dự. Bê được lên lớp ba trường của Mẹ, mặc dầu Bê đã học lớp sáu trường trung học Wilhelm Hausenstein rồi.

Có lần Mẹ nhận làm thông ngôn tận trên miền bắc Đức. Người ta mua vé máy bay cho Mẹ. Bê hỏi lui, hỏi tới, tức là Mẹ không làm gì hết, Mẹ chỉ nói tiếng Việt, mà được đi máy bay, ở khách sạn không trả tiền.

- Sao lại không làm gì! Mẹ dịch tiếng Đức qua tiếng Việt, rồi dịch tiếng Việt qua tiếng Đức.

- Mà tiếng Việt tiếng Đức chi cũng dễ ẹc hà. *Cool* thiệt. Ít bữa con lớn, con có được như Mẹ không?

- Còn hơn nữa. Nếu con chịu khó rèn luyện tiếng Việt, con sẽ nói tiếng Việt như mẹ. Hơn nữa, tiếng Đức của con hay hơn của mẹ.

Bê tưởng tượng, không chừng người ta sẽ mời Bê qua Mỹ, qua Tây, vì tiếng Anh, tiếng Pháp của Bê cũng "xịn".

Về Việt Nam, Bê rất thích, mà thích nhất Huế. Ở Huế, Bê nói chi, người ta hiểu liền. Chứ không như ở Sài Gòn, người ta cứ hỏi hoài, là Bê nói cái gì. Nhiều khi người ta không hiểu, Bê phải múa tay loạn xà ngầu.

oOo

Bê thấy Mẹ ngồi yên thật lâu bên máy. Có lẽ máy trục trặc, thể nào Mẹ cũng kêu Bê giúp. Bê đến bên Mẹ, khèo khèo vai Mẹ:

- Mẹ của con. *Frauen und Technik* (phụ nữ và kỹ thuật). Máy bị sao hả Mẹ?

Mẹ nói nhỏ:

- Cám ơn Bê. Máy vẫn chạy ngon lành.

- Sao Mẹ có vẻ buồn vậy?

- Đâu có, đâu có. Mẹ mới nhận thư của bạn mẹ. Mẹ cảm động quá, nhớ lại bao nhiêu chuyện. Bê biết không, bạn mẹ nhắc đến câu ru, *Em tôi buồn ngủ buồn nghê, Buồn ăn cơm nếp cháo kê thịt gà*. Lúc Bê còn tí xíu, mẹ cũng hay ru Bê câu này.

Bê ôm vai Mẹ:

- Thiệt hả Mẹ? Mẹ đọc lại cho con nghe câu ru lần nữa đi, coi thử con có nhận ra không.

- Bê cưng ơi, bây giờ có lẽ con chưa nhớ đâu. Ngày xưa, bà Ngoại ru mẹ, mẹ còn nhỏ lắm, mẹ không nhớ. Khi mẹ có con, những câu ru như sống lại trong đầu mẹ.

Mẹ chớp chớp mắt, mắt Mẹ như ướt ướt, Mẹ nói thật nhỏ như một mình:

- Mẹ thương lắm câu ru Mạ của mẹ ru mẹ, thương vô cùng. Bạn của mẹ nhắc tới câu ru, cũng trìu mến như vậy. Người bạn và mẹ có sự đồng cảm lớn lắm.

Bê chưa hiểu hết những lời Mẹ đang tâm sự với Bê. Nhưng lúc nào với Bê, Mẹ cũng là những lời ru êm dịu nhẹ nhàng. Mẹ ơi, con cũng yêu lời Mẹ ru, như Mẹ yêu lời bà ngoại ru Mẹ đó, Mẹ ơi.

Tháng Bảy 2004

**Käfer*: con bọ cánh cứng

Viết thêm:

Mới năm nào đây, *Mẹ chồm qua vặn nhẹ tai Bê:*

- Thằng ni xạo quá. Ngó bộ ít bữa lớn, Bê đi làm luật sư được đó.

Lời mắng yêu của Mẹ vì tật hay lý sự của Bê nay đã thành sự thật. Bê học xong trường Luật, thành "thầy cãi" người Đức. Giờ đây, Mẹ muốn vặn tai Bê phải cần tới cái ghế đẩu, vì Bê cao hơn Mẹ cả mấy tấc. Nhưng lúc nào Mẹ cũng dành cho Bê những lời ru tiếng Việt tràn đầy thương yêu.

Hoàng Quân
Tháng Mười Hai 2017

(Tác giả và nhân vật Bê trong truyện)

RHODES - HY LẠP
HẢI ĐẢO HOA HỒNG

Rhodes, (tiếng Hy Lạp: Pόδος, Ródos) bắt nguồn từ tiếng Hy Lạp cổ, có nghĩa là hoa hồng. Thật ra, ngày đó người ta muốn diễn tả một loài hoa khác: bông bụt hay bông cẩn *(Hibiscus)*, mọc nhiều trên đảo này. Hy Lạp có rất nhiều đảo. Đảo Rhodes ở Địa Trung Hải, hai bờ đông tây khác biệt nhau. Bờ tây, xanh tươi hoa lá. Bờ đông trơ trụi các con đường dọc bờ biển. Một bên vách núi lơ thơ vài bụi cây ô liu, thông, tùng. Một bên nước biển xanh biếc. Chúng tôi dự định sẽ "thám hiểm" bờ đông, khu Falikari.

Cỏ Cây

Chúng tôi đến nơi, trời đã tối mịt. Nhân viên công ty du lịch tiếp đón, trao cho mỗi du khách một chai nước suối, một xấp giấy tờ tài liệu, với lời chào đón vui vẻ bằng tiếng Đức, tiếng Anh. Từ phi trường về khách sạn, xe buýt chạy lúc lắc theo sườn núi. Nhìn ra biển đen ngòm. Lâu lâu, hắt hiu chút ánh đèn vàng của vài khách sạn, cửa hàng, không đủ sáng để nhìn cảnh vật dọc đường. Bởi vậy, tôi vẫn chưa có ấn tượng nào về hải đảo. Sáng hôm sau, tôi hăm hở bắt đầu "thám hiểm" vùng đất tụi tôi sẽ trú ngụ trong mười ngày tới. Vừa mấy bước ra vườn của khách sạn, trong cái nắng tươi tắn sớm mai, tôi khám phá ra bụi chuối. Có bắp chuối hẳn hoi, vỏ màu tím, trông thật hấp dẫn. Mừng rỡ, tôi vội chạy lại đứng gần và hối chồng tôi phải chụp tấm hình, nhìn cho rõ cả người lẫn... bắp chuối. Nhớ hôm trước khi lên đường, Ngọc Hiền, em tôi, đãi món mì Quảng. Than thở, đã ghé chợ Á Châu, không tìm được đầy đủ mấy loại rau cỏ cần thiết cho đúng điệu mì Quảng. Tiếc quá, phải chi bụi chuối rậm rạp hơn một chút và ở nơi hơi xa những con mắt trần gian, tôi đã bí mật "dẫn" một bắp chuối về làm quà cho cô em rồi.

Buổi chiều chúng tôi tà tà đi tìm phố thị. Đang vui bước xuyên qua khuôn viên khách sạn bên cạnh, tôi khựng lại. Ồ, một bụi liễu trúc. Tôi bồi hồi, nấn ná đứng ngắm bụi cây. Đây là một trong những loại cây kiểng trong vườn nhà tôi ở Quảng Ngãi trước năm 1975. Bao năm qua, vậy mà tôi vẫn nhớ rõ, có một chiều, tôi hái vài loại hoa trong vườn, cắt giấy làm giỏ hoa, mang đến làm quà cho Ngọc Anh, nhỏ bạn học cùng lớp. Trong cái nắng buổi chiều tà trên đảo Hy Lạp, xa lăng lắc quê nhà, tôi gặp lại con bé mơ mộng, thích hoa lá của tuổi 15. Suốt thời gian ở đây, ngày nào tôi cũng ít nhất một lần đi ngắm bụi hoa thời thơ ấu.

Buổi sáng hôm sau, trên đường ra bãi biển đi dạo sớm, tôi lại "tha hương ngộ" thêm một "cố tri" khác. Hai bên đường đi, là hàng cây các loại bông bụt, dã yên thảo, trúc đào. Bỗng nhiên, tôi chú ý đến bụi lá quen quen. Đưa tay ngắt thử, vò lá trong tay. Đích thị là nó! Rau quế ta, chính gốc! Chứ không phải quế tây, loại người ta ăn với phô-mai *mozzarella*. Bụi rau tốt tươi, lá mơn mởn. Tôi nghĩ ngay đến tô phở. Trời ơi, giờ này có tô phở tái nạm gầu sữa béo... chắc ngon quên cả đất trời. Hai vợ chồng cứ tình tang đứng cạnh bụi quế. Thắc mắc tại sao bụi rau quế lại chen giữa bầy bông hoa kiểng. Chắc chắn người ta có dụng ý gì, khi trồng bụi rau quế ở đây. Cho đến ngày về, tôi cũng chưa có dịp hỏi cho ra lẽ.

Ui chao ơi, kể ra, về địa lý, hòn đảo này chắc chẳng có dây mơ rễ má gì với mảnh đất hình cong như chữ S ở bên bờ đại dương xa lắc kia. Ấy, vậy mà gió đưa, gió đẩy thế nào, tôi lại bắt gặp chút hơi hướm quê nhà qua mấy cây cỏ dọc đường.

Hạt Ngọc

Lindos, hạt ngọc của hải đảo Rhodes- đẹp như tranh vẽ, là làng đẹp nhất đảo Rhodes, một trong những địa danh nổi tiếng của Hy Lạp. Làng nhỏ, nhà cửa thân thiện vai kề san sát nhau, được gọi là nhà cửa của thủy thủ. Xuất xứ từ giữa thế kỷ 17, các thương gia giàu có nhờ buôn bán trên đường biển, về lại làng quê, họ xây những căn nhà thật đặc sắc. Sàn nhà thường lát sỏi biển, dùng sỏi nhiều màu, nhiều kích thước khác nhau để tạo thành những mẫu hình rất đặc biệt. Những bụi bông bụt màu xác pháo nổi bật trên các vách tường trắng, thu hút mắt nhìn của khách đến thăm làng. Những con đường nhỏ, quanh co, lên xuống, thật ấm cúng, dễ thương. Nhà nào cũng thành cửa hiệu bán hàng lưu niệm hoặc bán hàng ăn uống phục vụ du khách. Đường dẫn lên thành phòng thủ cổ Acropolis thật hấp dẫn. Nhìn quanh hai bên đường vui mắt, nên không cảm thấy đường xa. Có người muốn thử *Lindos taxi*. Đó là mấy chú lừa, vừa chậm rãi thong dong, vừa ậm ừ, í a, í a. Cùng với vài người khác, tôi lội bộ lên đỉnh núi, lên Acropolis. Dọc đường, ngang qua bao nhiêu sạp hàng bán quà lưu niệm. Tôi bắt bạn với một cặp vợ chồng người Nam Tư. Bà và tôi muốn chậm chân xem mấy khăn thêu. Nhưng ông chồng bà thúc chèo chẹo, phải đi theo cho kịp cô hướng dẫn viên, kẻo bị lạc. Cuối cùng chúng tôi lên tới nơi. Mãi 10 phút sau, mấy cô cậu cỡi lừa mới đến, mồ hôi nhễ nhại, mặt mày đỏ ké. Vì, họ ngồi trên lưng lừa, trời nắng chang chang, chẳng trốn được chút nắng nào. Acropolis ở Lindos lớn thứ nhì, sau Acropolis ở Athens, của Hy Lạp. Thành quách sụp đổ nhiều. Từ trên núi nhìn xuống, biển xanh ngắt, đẹp vô cùng.

Dọc bờ biển trên đường đến "hạt ngọc" Lindos, có một vịnh nhỏ mang tên của một tài tử xi-nê Hồ-Ly-Vọng. Trong cuốn phim *Những Khẩu Đại Pháo Thành Navarone (The Guns of Navarone)*, có vài đoạn phim được quay trên đảo Rhodes. Sau khi cuốn phim được trình chiếu vào năm 1961, vịnh Vagies, một vịnh biển kín, nước êm như mặt hồ, gần Falikari, bỗng nhiên nổi tiếng, được hàng triệu khán giả khắp nơi trên thế giới biết đến. Chính phủ Hy Lạp thời bấy giờ cao hứng, tặng cái vịnh be bé này cho tài tử Anthony Quinn, một trong những vai chính của phim. Vịnh được mang tên của tài tử. Nhưng vài năm sau, quyết định này bị thu hồi. Có lẽ do vịnh là tài sản quốc gia, đâu có khơi khơi đem tặng thiên hạ. Mặc dầu vậy, cho đến ngày nay, du khách vẫn nhắc đến địa danh với tên vịnh Anthony Quinn. Phần tôi, nghe tên vịnh Anthony Quinn, chẳng hề liên tưởng chi đến biển, đến vịnh, mà trong trí chỉ hiện lên hình ảnh Quasimodo trong phim *The Hunchback of Notre Dame*. Tôi càng có mỹ cảm hơn với *Thằng Gù*, khi đọc những câu thơ trong *Thằng Gù Nhà Thờ Đức Bà** của thi sĩ Trụ Vũ:

Có chút gì cao quý
Trong hạt lệ âm thầm
Có chút gì thi vị
Cho mối tình lặng câm
...

Ăn Nhậu

Chúng tôi đặt chuyến đi du lịch có ăn sáng và tối ở khách sạn. Cái kiểu ăn "bao bụng" thiệt nguy hiểm cho cái cân. Sau vài ngày bụng được bao, bước lên cân, cái kim của cân quay tít mù. Mà thôi! Đi chơi, cứ xả láng cho đã. Về nhà, sẽ quẳng... cái cân đi mà vui sống. Ngoài những món ăn rất phổ thông của Hy Lạp như *souflaki, zaziki*, bàn lúc nào cũng có hạt ô -liu và các loại phô mai làm bằng sữa dê, sữa cừu. Chúng tôi thường dừng lại quày các món ăn nướng. Tôi nhủ thầm, lần sau, mình sẽ đem theo chai nước mắm ớt, chấm với mấy khúc sườn nướng, chắc ngon nhức răng. Tôi ăn dè sẻn món mặn, vì còn để bụng cho món ngọt. Tôi bắt gặp món bột chiên trong quày đồ ăn ngọt buổi sáng. Trông giống món thèo lèo quê nhà. Lại gặp thêm một bạn xưa khác. Nhón thử thẻ thèo lèo, chỉ là bột chiên, mùi dầu và vị bột. Tôi liên tưởng đến món thèo lèo, bánh lỗ hay ăn thời tiểu học. Có mùi vị kỷ niệm, nên món này bỗng thành ngon. Ngày nào tôi cũng gắp một mớ thèo lèo vào dĩa, ăn rỉ rả, lai rai.

Món rượu đế *ouzo 12* rất phổ biến ở Âu châu, như một thứ thức uống quốc hồn, quốc túy của Hy Lạp. Đặc biệt, Rhodes là nơi duy nhất sản xuất *ouzo 13*. Ngoài ra, Rhodes còn sản xuất loại rượu đế còn "ngầu" hơn *ouzo* nữa. Đó là *souma*, loại rượu có nồng độ cồn trên 75%. Thường thường, người ta tự chế biến món đặc sản *souma*, để dùng trong bạn bè thân hữu, chứ không bày bán đầy dẫy trong siêu thị. *Souma* không chỉ dùng như khai vị và còn dùng để "bế vị", chấm dứt bữa ăn, xôi thịt ê hề. Nhậu *souma* chắc là sẽ ngâm nga rằng *ta say trời đất cũng say*... Buổi tối ra quán uống cà phê *frappé* Hy Lạp, chồng tôi "chảnh", phán ngay một câu chắc nịch:

- Cà phê sữa đá của "mình" ăn đứt món này.

Mà thiệt, cà phê *frappé* ở đây không đậm hương cà phê, thiếu vị ngọt của sữa ông Thọ. Chỉ có cục nước đá lành lạnh là bằng cà phê của "ta" thôi.

Phố Cổ

Phố cổ của thành phố Rhodes được công nhận là di

sản văn hóa thế giới, dưới sự bảo trợ của UNESCO. Đây là một trong những địa danh thu hút du khách nhất Âu Châu.

Nhóm du khách chúng tôi len lỏi trong những con đường hẻm nhỏ của phố cổ. Cô hướng dẫn viên thao thao bất tuyệt về những con số. Cô nói tiếng Đức không hay, nói tiếng Anh không rõ. Chẳng có gì hấp dẫn. Tôi nghe lơ là, kín đáo ngó quanh, tìm chỗ có bóng mát để trốn nắng. Thầm nhủ, dăm bữa, nửa tháng, khi nào rảnh rang, làm một vòng lang thang trên liên mạng, những thông tin về danh lam thắng cảnh trên thế giới rất nhiều, tha hồ lựa chọn. Cô đưa cao cây dù màu đỏ, làm hiệu cho chúng tôi biết, đi theo cho khỏi lạc. Cô đều chân bước, tay chỉ qua trái, qua phải, miệng ro ro trả bài. Chẳng có dấu hiệu gì là cô sẽ cho chúng tôi nghỉ chân. Nắng chiều oi bức. Có lẽ không chỉ riêng tôi, mà nhiều người cũng thầm mơ, được ngồi nghỉ chân dưới bóng mát của những tàng cây bên đường. Dọc con hẻm, tôi bỗng nghe văng vẳng tiếng đàn tây ban cầm. Tôi ngoái đầu nhìn. Xa xa, một thanh niên như đang thả hồn trong tiếng nhạc của chính mình. Trong nắng chiều vàng, giữa những thành quách cổ xưa, tiếng đàn tuy có chút lạc lõng, vẫn như muốn níu, muốn rủ chân tôi. Tôi chậm chân, đi ngược lại đoàn du khách để theo phía có tiếng đàn. Nhóm du khách sắp sửa khuất sau mấy bờ tường cổ. Chồng tôi ngoắc ngoắc ra dấu, bảo nhanh lên. Tôi vội vàng chạy theo nhóm, thấy tiếc tiếc làm sao.

Trong phố cổ Rhodes, có nhiều con đường nhỏ hẹp, lát đá, với những ngọn đèn đường xưa, những tường thành, những kiến trúc kết hợp Âu Á. Đi dạo ở phố cổ tưởng như đang đi qua con đường của lịch sử 2000 năm. Trong khu

thị tứ quảng trường Hypocrates có nhiều nhà hàng, tiệm cà phê trên sân thượng. Các nhân viên của nhà hàng đứng trước cửa, quảng cáo nói tiếng Anh mời khách ngoại quốc hoặc đứng trên sân thượng nói tiếng Hy Lạp vọng xuống, ơi ới kêu khách bản xứ lên viếng nhà hàng. Không khí mùa hè ấm áp. Chung quanh người qua, kẻ lại, tưng bừng, nhộn nhịp, lòng tôi cũng vui lây. Dừng chân trên đường Socrates, ngắm nhân gian xung quanh, tôi nhớ đến những giai thoại của triết gia Socrates. Ông là một triết gia sống vào thế kỷ thứ III trước Công Nguyên. Đồng thời cũng là một kẻ bất hạnh, vì phải chung sống với một bà vợ khó tính, thuộc hàng sư tử Hà đông. Sau những kinh nghiệm đắng cay, ông phát biểu, "Nếu có được một người vợ hiền, bạn sẽ được hạnh phúc. Còn nếu chẳng may gặp phải một người vợ không hiền, bạn sẽ trở thành một triết gia hữu ích cho mọi người." Ui chào, vậy thì bao nhiêu quý ông dập dìu trên con phố Socrates này, không biết có biết bao nhiêu triết gia đồng cảnh ngộ với triết gia Socrates.

Một triết gia Hy Lạp khác cũng đã nói với các sinh viên trong ngày ra trường như thế này, “Tôi cầu chúc cho các bạn có được một cuộc sống gia đình hạnh phúc. Các bạn hãy để sẵn một cuốn sách trong tầm tay của mình. Mỗi khi gặp chuyện bất hoà hay cãi cọ, các bạn lập tức cầm lấy cuốn sách ấy và đọc ngay. Tôi tin các bạn sẽ mau chóng gia tăng kho tàng kiến thức của mình.” À há, ắt hẳn thế gian này có nhiều quý ông với kho tàng kiến thức vĩ đại.

Mamma Mia!

Da chưa nhả nắng của mấy ngày ở biển Hy Lạp. Tai như vẫn còn nghe tiếng sóng. Mắt như vẫn thấy trời xanh. Lòng vẫn còn lâng lâng không khí rong chơi. Về thăm gia đình, tình cờ nhà đang trình chiếu phim *Mamma Mia*!. Vở nhạc kịch *Mamma Mia*! với nhiều ca khúc nhạc Pop của

ABBA, được nối lại thành câu chuyện, không thật, nhưng rất vui nhộn. Chuyện về một "bà mẹ độc thân" sống với cô con gái trên một hải đảo tưởng tượng ở Hy Lạp. Cô con gái, lén đọc nhật ký của mẹ, khám phá ba người bồ cũ của mẹ. Cô nghĩ, một trong ba người là cha của cô. Bởi thế, cô bí mật mời ba người đến dự đám cưới của cô. Cô đoan chắc, mình sẽ nhận ra người cha của mình ngay lần đầu gặp mặt. Người cha sẽ dìu cô đến bàn thờ trong hôn lễ. Nữ tài tử khả ái Meryl Streep thủ vai chính. Kép điển trai Pierce Brosnan, cựu điệp viên 007, trong vai phụ. Những bản nhạc gợi nhớ những ngày còn ở Việt Nam. Khi đi ngang những tiệm nước mía trên đường Lê Lợi, chúng tôi thường xuống xe đạp, dẫn bộ, để nghe ké những bản nhạc *disco* của thập niên 70. Hồi đó, nghe bài hát *Voulez-vous* nhiều lần, chẳng nhớ gì khác ngoài mấy chữ *voulez-vous aha, voulez-vous aha, voulez-vous aha*... Bây giờ, chỉ mới nghe tiếng nhạc xập xình của bài hát, tôi tưởng như đang ngửi mùi nắng chói chang của ngày hè Sài Gòn. Tưởng như vị ngọt lịm của nước mía, thanh thanh vị chanh, tắc mơn man vị giác, khứu giác đến mê mẩn. Trời xanh, nắng vàng trên cao, sóng nước gợn lăn tăn giữa biển, Amanda, cô con gái của vai chính Donna, ngồi trong thuyền buồm cùng với ba người yêu xưa của mẹ: Sam, Harry, Bill hát bài *Our Last Summer. We made our way along the river/ And we sat down in the grass by the Eiffel tower*... Rộn ràng, tươi tắn. Bỗng nhiên, những góc phố của Paris trở nên nồng nàn, thân thiết, tưng bừng nhảy múa trong điệu luân vũ. Mắt tôi dính cứng vào màn ảnh, phong cảnh của một vùng đất bên biển, bên núi. Màu xanh biếc của nước biển, nơi tôi vẫy vùng trong nắng ấm tuần trước. Sân nhà lát những viên sỏi tròn bóng, giống những con đường tôi dạo trong khu phố cổ Rhodes. Những ngôi nhà nhỏ, vách trắng, viền cửa xanh, nhìn thật mát mắt. Cảnh cưỡi lừa rước dâu giống *Lindos Taxi*. Tự nhiên, cuốn phim thành gần gũi, Rhodes thành quen thuộc. Dưng không, tôi nghĩ, tôi sẽ trở lại hải đảo này lần nữa. Để ngoạn cảnh bờ tây của đảo.

Biết đâu, tôi sẽ có dịp gặp gỡ không gian gợi nhớ những kỷ niệm về quê nhà, về ngày xưa, về những nơi chốn tôi đã đi qua.

Tháng Mười Hai 2014

Viết thêm:

Mới đây, khi đọc Dấu Chân Lang Bạt của Song Thao, tôi tìm thấy chi tiết thú vị. Phần viết về Gibraltar, ông Song Thao nhắc đến Les Canons de Navarone. Tôi vội vàng "khoe" với ông Song Thao, rằng tôi cũng thấy khẩu đại pháo ở Rhodes. Ông Song Thao xác nhận, ông còn thấy tấm bảng ghi phim được quay tại Gibraltar. Thì ra, mấy anh làm phim rắc rối thiệt. Làm khổ thiên hạ! Chuyện xảy ra ở Hy Lạp, quay ngay tại hiện trường là xong. Cớ sao mấy anh lại bày vẽ, cắt ra, quay lung tung nhiều nơi.

Không chừng, ngoài Rhodes và Gibraltar, còn vài địa danh khác cũng có dịp tiếp đón Những Khẩu Đại Pháo.

Tháng Ba 2018

* Bài thơ Thằng Gù Nhà Thờ Đức Bà của thi sĩ Trụ Vũ

Xưa có một lão già
Yêu một nàng công chúa
Một mối tình thiên thu
Bếp hồng còn đỏ lửa

Hôm nay ta cũng khóc
Như lão đã khóc nhiều
Như em rồi sẽ khóc
Châu ngọc của tình yêu

Có chút gì cao quý
Trong hạt lệ âm thầm
Có chút gì thi vị
Cho mối tình lặng câm

Hồng hoa đang đua nở
Cứ hát khúc yêu đương
Ai hay tình câm của
Tấm lá khô bên đường

Trong vắng lặng lầu chuông
Của nhà thờ Đức Mẹ
Chiêm ngưỡng đóa hoa hường

Lão gù rưng mắt lệ
Ôi nàng thì đẹp tuyệt
Giữa trời đất thanh tân
Đôi chân mày nét nguyệt
Hiện chi vẻ thiên thần

Nàng ngồi bên cửa sổ
Ngó xuống ngó xuống thềm
Lão gù che mặt quỷ
Mà trông lên trông lên

Bốn mắt lặng nhìn nhau
Đất trời không tiếng nói
Ôi nàng có hay đâu
Lòng ta đang khổ tủi

Hôm nay ta đã khóc
Như lão đã khóc nhiều
Như em rồi sẽ khóc
Trăng tàn trong hoang liêu

CÔ GIÁO, THẦY GIÁO

Ngày xưa, thông thường, chồng của cô giáo được gọi là thầy, cũng như vợ của thầy giáo được gọi là cô. Cho dù người chồng hoặc vợ không làm việc trong ngành giáo dục.

Nhưng trường hợp cô giáo tôi, cô Đỗ Thị Nghiên, trường Nữ Tiểu Học Quảng Ngãi thì khác. Chồng của cô, thầy Nguyễn Cao Can, là giáo sư dạy trường Nữ Trung Học Quảng Ngãi.

Cô Đỗ Thị Nghiên dạy lớp Bốn, trường Nữ Tiểu Học. Trong mắt nhìn của tôi, của con bé mười tuổi thuở ấy, cô Nghiên là một cô giáo rất đặc biệt. Cô nói giọng bắc, giọng nói trầm bổng, du dương. Tóc cô ngắn, ôm tròn khuôn mặt. Da cô trắng nõn nà. Có lần ngoài giờ học, trên đường phố của thị xã Quảng Ngãi, tôi thấy hai vợ chồng thầy Can, cô Nghiên đèo nhau trên xe gắn máy. Cô mặc *mini jupe*, mang kính mát, ngồi một bên, tréo chân, khép nép dựa vai thầy.

Ấn tượng để lại trong trí của con bé tiểu học là hình ảnh của đôi vợ chồng sang trọng, thanh lịch, tân thời, cùng mang thiên chức cao cả: dạy dỗ lũ trẻ con nên người.

Thuở đó, ở tuổi nhi đồng, hẳn tôi chưa thể hiểu "kính nhi viễn chi" là gì. Nhưng có lẽ tôi nhìn cô Nghiên qua lăng kính tương tự như vậy. Vừa ngưỡng mộ, vừa e ngại. Dù vậy, đâu đó trong xét đoán trẻ thơ của tôi, tôi có ý nghĩ rằng, cô Nghiên dành cảm tình đặc biệt cho tôi. Cô rất nghiêm trang. Nhiều trò đã nghe cô trách mắng. Nhưng phần tôi, chưa bao giờ. Hơn nữa, tôi có cảm tưởng, khi nói chuyện với tôi, giọng cô thật dịu dàng. Tôi luôn là đứa học trò nhỏ ngoan ngoãn trong suốt thời tiểu học. Một hôm, cô Nghiên cân nhắc cho tôi làm trưởng ban trật tự, giữ yên lặng trong lớp 4B. Mỗi khi cô có việc lên văn phòng, hoặc bận rộn việc gì phải ra khỏi lớp trong thời gian ngắn, tôi có bổn phận giữ trật tự. Học trò trường Nữ Tiểu Học đa số rất ngoan. Mầm phá phách, nghịch ngợm, có lẽ khi lên trường trung học, mới trổ hoa, kết trái. Lớp 4B đã lúc nào mất trật tự đâu! Cho nên, tôi chỉ là "lính kiểng". Tôi xong năm học lớp Bốn với vài bảng danh dự xanh, vàng, đỏ...

Mùa hè 1972, tôi thành nữ sinh trường Nữ Trung Học, Quảng Ngãi. Năm lớp chín, thầy Nguyễn Cao Can- là giáo sư chủ nhiệm của lớp chúng tôi. Thầy dạy hai môn: Toán và Công Dân Giáo Dục. Tôi nhớ, thầy có chữ viết rất đẹp, nét chữ rất cứng cỏi. Tôi loáng thoáng nghe thầy có sinh hoạt chính trị và có làm việc bên hội đồng tỉnh.

Trước 1975, năm học lớp chín, năm cuối của trung học đệ nhất cấp, chương trình học rất quan trọng. Học trò cần có định hướng mình sẽ theo ban nào khi lên trung học đệ nhị cấp: ban A, B, hoặc C. Đám học trò lớp chín chúng tôi, kể ra hãy còn con nít rặt. Hiểu lơ mơ rằng, ai chịu học "gạo", sẽ chọn ban A, học môn Vạn Vật. Ai "cừ" môn Toán, chịu khô khan, tất vào ban B. Còn ban C là vùng trời mơ mộng, ướt át cho thi sĩ, văn sĩ. Tôi ham học từ nhỏ. Môn học nào cũng có thể làm tôi mê mẩn, ngoại trừ môn nữ công. Lúc ấy, hình như tôi muốn vào luôn cả ba ban A, B, C. Thật tiếc, biến cố 30.04.1975 đến, tôi không có cơ hội vào trung học đệ nhị cấp theo hệ thống giáo dục mà các anh chị tôi may mắn đi qua.

Ngày nay, tôi không còn nhớ được những bài học trong giờ Công Dân Giáo Dục với thầy Can là gì. Nhưng chắc chắn một điều, những giờ Công Dân Giáo Dục thời trung học, dù hệ số điểm thấp (hệ số 1) so với các môn học khác như Việt Văn, Toán, Anh Văn với hệ số điểm cao (hệ số 3), đã uốn nắn, hun đúc học trò chúng tôi tinh thần *tôn sư trọng đạo*. Chúng tôi tâm niệm *uống nước nhớ nguồn*. Chúng tôi biết *lá lành đùm lá rách*...

Tôi chẳng còn khái niệm nào về những bài toán đại số, lượng giác, thầy đã giảng cho chúng tôi. Nhưng sau này, khi tôi phải trở lại "mài đũng quần" ở ghế nhà trường trung học Đức, lúc bạn bè trang lứa ở Việt Nam của tôi đã xong đại học và đi dạy, tôi lại là tay toán "ngầu" trong lớp, làm "lác" mắt đám bạn học của nhiều sắc dân khác ở Đức. Phải chăng, đó cũng do các giáo sư toán: thầy Nguyễn Ninh, thầy Võ Đình Sơn, thầy Phạm Luật, thầy Nguyễn Hồng Tuấn, thầy Nguyễn Cao Can, và nhiều thầy cô khác, đã gò cho tôi từ tấm bé.

Sau 1975, tôi nghe kể cuộc sống của thầy Can, cô Nghiên rất lao đao. Thầy đi "học tập". Qua thư từ, tôi được biết Ba tôi có thời kỳ ở cùng trại với thầy Can. Như Mạ tôi, như bao người vợ khác, khi chồng trong vòng tù tội, cô Nghiên phải bươn chải, nhọc nhằn, để nuôi sống gia đình. Hình ảnh cô Nghiên sang trọng, quý phái, đã thay thế bằng cô giáo lam lũ, dắt chiếc xe đạp cọc cạch, rổ trước chỏng chơ mấy cọng rau, yên sau loe ngoe vài que củi.

Mỗi khi kể chuyện thời kỳ cải tạo, Ba tôi vẫn nhắc những kỷ niệm đầy ắp tình nghĩa với các thầy Trần Văn Hưng, thầy Nguyễn Cao Can. Lúc ở Hành Thiện (Hành Tín), Ba tôi ở trại 1. Thầy Can ở trại 2, thầy Can chuyên lo phân phối thuốc nam cho các trại viên khác. Thầy đặc biệt để dành các loại lá thuốc tốt cho Ba. Sau đó, Ba tôi bị chuyển qua trại Nước Nhóc, nơi rừng sâu nước độc, dễ bị ngã bệnh sốt rét. Biết tin, thầy Can vận động các trại viên còn lại, xin thuốc ký- ninh, để đưa cho những người qua Nước Nhóc phòng thân.

Giữa thập niên 80, khi chị em chúng tôi qua Đức được vài năm, Ba tôi được thả về từ trại cải tạo. Thầy Can cũng được thả ra khoảng thời gian đó. Tình trạng sức khỏe của Ba tôi và thầy Can rất tệ. Ba tôi bị liệt sau lần tai biến mạch máu não, đi đứng rất khó khăn. Thầy Can bị bệnh lao phổi, ốm yếu, quặt quẹo. Do tình trạng tài chánh gia đình thầy chật vật, không đủ khả năng chữa trị bệnh rốt ráo.

Lúc tôi xong trung học Đức, đang chờ mùa tựu trường vào đại học, tôi ra bác sĩ xin khám tổng quát. Cân đo trọng lượng, chiều cao xong, bác sĩ chẩn đoán, tôi bị suy dinh dưỡng trầm trọng. Bác sĩ ghi toa thuốc dài cho tôi, nào là các loại sinh tố, khoáng chất, các loại thuốc giúp ăn ngon, ngủ yên... Từ dược phòng, tôi bê về một túi lủ khủ. Tôi thấy mình mạnh cùi cụi như trâu. Có hề ấm đầu, sổ mũi bao giờ đâu. Ngẫm nghĩ, số thuốc này gởi về Việt Nam hữu dụng hơn. Tôi chạy ù ra siêu thị, tìm hộp giấy nho nhỏ, gói các loại thuốc bổ mới lãnh về, kèm ít hộp quẹt ga, bút nguyên tử, làm một bưu phẩm be bé, gởi về Ba Mạ. Lúc nhận gói quà nhỏ của con, Ba tôi chống gậy cùng với Mạ tôi tìm thăm thầy Can, cô Nghiên. Ba Mạ san sẻ chia cho thầy thuốc bổ, nói là của con gái, mà cũng là học trò của thầy cô gởi về. Sau đó mấy tháng, tôi nhận được thư thầy Can với lời lẽ thật cảm động, trong nét chữ vẫn rất đẹp và rắn rỏi của thầy.

Năm 1997 khi gia đình nhỏ của tôi sang San Jose Mỹ, lần đầu, ở lại nhà người em họ. Tôi liên lạc với thầy Can qua địa chỉ Ba tôi đưa. Thầy Can tìm đến thăm, thầy rủ chúng tôi đến nhà thầy cô. Thế là vợ chồng tôi và cu Bê, con trai nhỏ đến ở lại nhà thầy cô vài ngày. Lúc đó, các con của thầy, có em mới đi làm, có em đang đi học. Các em tiếp đãi vợ, chồng, con tôi thật chân tình, dễ thương. Các em chơi đùa với cu Bê. Có em dành cả ngày đưa chúng tôi đi dạo 17 dặm đường tình, gần Monterey, dọc bờ biển California. Gặp lại cô Nghiên, tôi rất vui mừng. Cô không nhớ ra tôi. Mà cũng phải, mỗi niên khóa cô dạy năm, sáu chục học trò. Bao nhiêu năm, hàng trăm học trò, làm sao cô nhớ hết được. Tôi được biết, cô Nghiên có ý muốn đi tu. Cô ít nói. Lắng nghe tôi thưa chuyện với thầy Can, cô cười hiền hậu.

Nhân dịp tết nguyên đán năm 2008, chúng tôi đưa Ba sang California và Texas. Tôi liên lạc thầy Can. Thầy tha thiết mời mấy cha con đến ở lại gia đình thầy. Bạn bè chèo kéo quá, nên chúng tôi thoái thác, chỉ xin "gởi" Ba ở lại đón giao thừa với thầy Can và gia đình thầy. Thầy rủ bạn bè, tổ chức buổi tiệc tất niên thật ấm cúng. Thầy còn chuẩn bị áo dài khăn đóng, để các cụ cùng đón xuân trong không khí thân thiết, đậm đà quê hương, dù đang ở nơi xứ người. Ba tôi vẫn nhắc hoài. Thầy Can gọi Ba tôi là "Anh Cả yêu quý". Thầy dành ưu ái, tình cảm đặc biệt cho cha con chúng tôi. Thầy muốn làm quà cho Ba tôi ít thuốc nam để bồi bổ sức khỏe. Thầy tìm mua nồi sành nấu thuốc bằng điện. Vì điện thế của hàng hóa điện tử bên Mỹ khác với bên Đức, nên Ba tôi khó xài nồi nấu thuốc. Tuy vậy, tấm chân tình của thầy Can dành cho Ba tôi đã là những thang thuốc bổ quý giá. Thỉnh thoảng thầy liên lạc với Ba tôi. Những cuộc điện đàm tuy ngắn, nhưng đầy ắp tình người, luôn là niềm vui lớn đối với Ba tôi.

Trên đường bay qua Minnesota họp bạn, tôi đến ở nhà thầy Can một ngày. Buổi trưa, cô Nghiên nấu cơm gạo lức trong nồi hấp, tôi được cùng cô dùng bữa ăn cơm chay trong phòng ăn nhìn ra vườn của thầy cô. Ngoài vườn, thầy cô trồng rất nhiều loại cây cỏ xinh xắn, nhiều nhất là hoa quỳnh. Thấy tôi thích, thầy dẫn tôi đi quanh vườn, kể chuyện, ngắt cho tôi nhiều cành hoa quỳnh, bảo đem về chỉ cắm vào đất là cây bén rễ.

Như một mối duyên lành, kể từ lúc tôi bắt đầu "quen biết" cô Nghiên ở tiểu học, rồi sau đó vài năm làm học trò thầy Can ở trung học, đến nay xấp xỉ nửa thế kỷ. Đó là con đường dài tôi đi qua, được thầy cô dẫn dắt: *tiên học lễ, hậu học văn.* Cùng biết bao thầy cô khác, cô Nghiên, thầy Can đã đóng góp vào việc dạy dỗ tôi nên người.

Giờ đây, mỗi khi sang Hoa Kỳ, tôi tìm cách liên lạc thầy Can, cô Nghiên. Cô Nghiên về sau vào ở trong chùa. Thầy Can ở căn nhà khang trang vùng San Jose, sát nhà con trai, con gái thầy cô. Tôi đến thăm thầy Can, không những chỉ gặp lại người thầy xưa của mình, mà tôi còn được gặp lại một người bạn quý của Ba tôi nữa.

Cô Nghiên nay sống an lành bên tiếng kinh kệ trong chùa. Thầy Can vẫn xốc vác trong các sinh hoạt cộng đồng. Cầu chúc thầy Can, cô Nghiên luôn được dồi dào sức khỏe. Cầu chúc thầy cô được những ngày tháng hạnh phúc với cháu, với con. Cầu chúc thầy cô có được những giờ phút thoải mái, an nhiên, tươi vui, khi gặp gỡ bạn bè, đồng nghiệp và học trò ngày xưa trong những lần hội ngộ đó đây.

(Thầy Nguyễn Cao Can, trò Hoàng Thị Ngọc Thúy)

TAY LÁI LỤA

Ngày xưa ở Việt Nam, tôi rất "chì", đã trị nhiều con ngựa sắt dữ dằn. Đi học, tôi cưỡi xe đạp "cuộc" sườn ngang cao ngất. Mỗi lần xuống xe, chỉ cần tìm lề đường cao, là có thể... hạ cánh an toàn. Nếu "hạ tầng cơ sở" không đầy đủ, tôi nghiêng nghiêng xe, chủ động phóng xuống, trước khi bị ngã ngựa... sắt. Thỉnh thoảng, mượn được xe Honda của chị tôi, tôi vi vút đúng điệu anh hùng xa lộ. Để tiết kiệm năng lượng, tôi cho hai đứa bạn chạy xe đạp níu tay hai bên, mà vẫn vững tay lái, chạy vù vù lên, xuống cầu Trương Minh Giảng. Ấy, đấy là chuyện vào những năm cuối thập niên 70 của thế kỷ trước, thuở Sài Gòn đang "xuống hố cả nút", đường sá Hòn Ngọc Viễn Đông tiêu điều, xơ xác. Xe gắn máy hãy còn là động vật hiếm quý.

Chiếc xe "cuộc" của tôi bị mất cắp, mặc dù tôi đã gởi ở bãi giữ xe của Đại Học Sư Phạm. Mất xe đạp, mất cả gia tài, tôi thất kinh hồn vía, mếu máo báo tin cho chị em trong nhà. Chị tôi trấn an, không sao, mất xe đạp, ít nữa đi xe hơi. Ai dè, chị nói trúng phóc. Mấy năm sau, chị em tôi xuất cảnh qua Tây Đức, giấc mơ xe hơi trong tầm tay với.

Dù sắp sửa tốt nghiệp đại học quê nhà, tôi phải lùi xuống trung học xứ người. Nước Đức không công nhận bằng cấp sau 1975 của Việt Nam. Thế là tôi khoác áo thư sinh, vào lớp 11, tiếp tục mài đũng quần nhà trường của Tây Đức vài năm. Bước chân đến ngôi trường ở Wolfhagen, làng nhỏ ở trung Đức, học trò nào cũng toàn tâm, toàn trí, vẽ vời "tiền đồ" bằng cấp của mình. Muốn tậu bằng tú tài Đức, phải miệt mài đèn sách, ít nhất ba năm, nếu học đâu, đậu đó. Cho nên, năm đầu ở trường nội trú, đa số các học trò người Việt, lo tậu bằng lái xe dằn túi. Các hàn nho sẵn sàng nhịn ăn, nhịn mặc, đầu tư vào mảnh bằng không đòi hỏi nhiều chữ nghĩa này. Chỉ tốn vài tháng, vài trăm đức mã, chút tài nghệ điều khiển xế hộp, cộng thêm chút may mắn trong kỳ thi lý thuyết lẫn thực hành lái xe. Trước khi đại đăng khoa tú tài, học trò chúng tôi an ủi, tự phong mình "dân khoa bảng", nếu có cái bằng lận lưng, dù chỉ là bằng lái xe.

Hai trường dạy lái xe có máu mặt ở làng Wolfhagen là trường ông Bodin và trường ông Guenther. Ông Bodin có tật câu giờ. Ông năn nỉ học trò lấy thêm giờ, hoặc "đì" không chịu đăng ký cho học trò đi thi. Bù lại, ông rất nhẹ vía. Đám thí sinh rất mê tín dị đoan. Dựa theo thống kê không chính thức, số lượng thi rớt của trường Bodin rất thấp. Nghe đâu, có người còn được chánh chủ khảo du di, mặc dù đang thi, chạy trong thành phố, dám lấn đường ưu tiên. Những người đã được "nâng cấp" thành tài xế truyền kinh nghiệm lại cho "hậu thế". Trước mùa thi, không khí ký túc xá rộn ràng như tết. Dưới sân bóng chuyền, một tay "lão làng" đang vẽ trên đất một tình huống khó khăn cho thí sinh:

- Này nhé, chú mày chạy trong này ra, ở đây không có dấu hiệu giao thông. Vậy, chú mày phải áp dụng luật gì đây?

Thí sinh đăm chiêu suy nghĩ, rụt rè trả lời:

- Nếu không có bảng hiệu giao thông, em phải áp dụng luật bên phải đi trước bên trái...

Có chiếc xe hư, ai lén vất ở sân sau của ký túc xá. Thế là, các thí sinh tìm cách phá cửa xe, rồi thay nhau sử dụng xe như thể trong giờ lái. Một người đã biết lái xe, đóng vai thầy giáo, ngồi ra lệnh. Lên xe, thí sinh đầy đủ tuồng tích, vờ mở máy, gài dây an toàn, sửa kiếng chiếu hậu, nhả thắng tay. "Thầy giáo" nói, ngã tư tới quẹo trái. Thí sinh ngoan ngoãn nhá đèn, ngoái cổ nhìn, rất đúng bài bản, như thể sau lưng cả đoàn xe nườm nượp, dù thầy trò đang ngồi yên trong xác chiếc xe như thùng rác.

Nghe đâu, có trường hợp trong giờ thi, thí sinh lên xe mở máy xong, quá hồi hộp, xe lăn bánh, mà quên không gài nịt an toàn. Xe chạy đâu được... một mét, giám khảo lạnh lùng:

- Điều này cô không được quên. Như thế, có thể nguy hiểm đến tính mạng đấy cô ạ. Thầy giáo đây hướng dẫn cô thêm nữa, mới thi được nhé.

Thí sinh mặt mũi nóng ran, vừa quê, vừa đau bụng. Vì trả lệ phí cho lần thi là bay mất hơn nửa tháng học bổng. Những người đi trước phải nghĩ nhiều chiến lược, chiến thuật nâng đỡ người đi sau. Ở bưu điện trong khu phố chính, có hầm đậu xe rất lớn. Thí sinh rất ngán phải đậu xe dưới tầng hầm của bưu điện, mặc dù trong khi học đã tập dợt kỹ càng. Những ngày thí sinh người Việt có lịch thi lái, các tài xế đồng hương tìm cách cứu bồ. Họ năn nỉ mượn xe thầy cô giáo trong trường, chạy xe ra bưu điện, đậu choán những chỗ hiểm hóc nhất, có thể nguy hại đến số phận bằng lái của bạn mình.

Như mọi người, tôi hăm hở góp mặt vào trào lưu hiện hành trong ký túc xá. Tôi lân la hỏi chỗ học lái xe, trở thành học trò của ông Bodin. Ngày đầu chạy xe, tôi ngỡ mình sinh ra đã đầy máu tài xế trong huyết quản. Nghe nhiều đàn anh cảnh cáo, chạy xe chưa rành, sang số không ngọt, xe chạy khục khặc như ngựa chứng, hay bị tắt máy. Tôi tấm tắc khen mình, chạy xe dễ ợt như vầy, sao thiên hạ than thở quá trời, có người thi rớt, quả thật... bịnh thiệt. Về lại ký túc xá, tôi hớn hở kể ngay:

- Chạy lần đầu ngọt xớt hà. Chạy êm ru. Không tắt máy lần nào cả.

Tôi nghĩ thầm, như vầy, không chừng mình chỉ lấy 3 giờ lái, một giờ trong phố, một giờ ngoài xa lộ, một giờ đường làng vào ban đêm, đủ sức đi thi, phá kỷ lục thi lái của con cháu Lạc Hồng trong ký túc xá này.

Anh bạn tỉnh bơ:

-Chạy lần đầu, ai chẳng vậy. Mình đạp số, thả số, sang

số. Nhưng thiệt ra, ông thầy hoàn thành nhiệm vụ hết. Qua giờ thứ hai mới nếm mùi cà giựt.

-Ủa, vậy sao. Tôi chưng hửng.

Mà thiệt, những giờ sau, chờ đèn đỏ ở con dốc cao, tôi sợ xe tụt lui, "hun" mũi xe sau, tôi đạp thắng nhổng xe. Sợ tắt máy, tôi rú ga như xe đua, ông thầy xót ruột lắm, nhấp nhỏm miết. Mỗi khi sang số, tôi phải liếc liếc xuống cần số. Có khi, lạng tay lái một chút. Ông thầy có lẽ lo cho tính mạng ổng:

-Này cô, tôi không để chân cạnh hộp số đâu. Cô khỏi sợ cầm nhầm đầu gối tôi. Cô phải tập sang số, mắt vẫn nhìn phía trước.

Tôi nổi bướng, nói ngang:

-Tui chạy được như ông, tui đã mở trường dạy rồi. *Okay*, nếu vậy tui chạy số một từ đầu tới cuối, khỏi phải bận tâm chuyện sang số.

-Nếu cô muốn có lý do chính đáng để gặp tôi hoài và trả tiền cho tôi, cứ tự nhiên. Còn nếu muốn có bằng lái, cô làm ơn tập tành đi một chút.

Trong giờ học, nhiều lần, ông thầy có ý kiến, ý ve:

-Sao cô chạy nhanh dữ vậy? Trong phố chớ có phải sân chạy xe đua đâu!

Có lúc ông ư ử hát *Country roads take me home...*, bỗng lên giọng:

-Cô làm ơn chạy nhanh thêm một chút. Đường đang trống trơn, sao cô chạy như ốc sên vậy? Cô trả tiền giờ chạy, sao cứ bò như rùa. Đây là *Fahrstunde*, giờ chạy, không phải *Gehstunde,* giờ đi bộ.

Chiều cuối tuần, chàng của tôi dẫn tôi ra bãi tập xe của *ADAC* ở gần Rebstockbad, Frankfurt. Muốn tiết kiệm, tập chạy thêm cho giỏi, đỡ phải lấy nhiều giờ của trường. Nhưng có lẽ bụt nhà không thiêng. Hai đứa mất cả nửa ngày, trả tiền mướn bãi mấy chục đồng, tôi chẳng dạn dĩ thêm tí nào. Sau đó, hờn anh, giận em. Anh giận, tại em không biết, mà nói không chịu nghe. Em hờn, tại anh biết, mà không chỉ dẫn rõ ràng.

Vốn đầu tư vào bằng lái của tôi sắp sửa lên tiền ngàn Đức Mã. Không phải hai ba giờ, như tôi đinh ninh, mà đã lên đến hơn 20 giờ. Tôi phải tiếp tục sống "giật gấu vá vai" để dành tiền trả thêm giờ lái. Tôi hỏi xa, hỏi gần ông thầy, xin phép đi thi. Ông ừ hử. Nhưng bảo phải tập dợt thêm. Cuối cùng, tôi hội đủ điều kiện ắt có và đủ để đi thi thực hành lái xe. Mấy phút đầu, tôi chạy trơn tru, suôn sẻ. Tôi bớt run, nghĩ, chắc ngon cơm rồi. Ông thầy bu lu, ba la kể đủ chuyện tầm xàm, bá láp cho ông giám khảo nghe. Chắc ông thầy cố gắng lung lạc tinh thần giám khảo, để ông đừng thấy hết mọi lỗi của thí sinh. Ở làng quê, nếp sống thường êm ả, chầm chậm. Mà sao hôm đó, tôi có cảm tưởng xe cộ khắp nơi đổ về làng, chạy như mắc cửi. Đến ngã tư, tôi giảm dần chân ga, đèn từ vàng chuyển sang đỏ. Nhìn trong kiếng chiếu hậu, xe nườm nượp đàng sau, tự dưng tôi nhả chân thắng. Bánh xe mới lăn nửa vòng, ông thầy thắng két, giọng cáu kỉnh:

- Cô có thấy đèn màu gì không?

- Đương nhiên màu đỏ. Tui đâu có chạy!

- Nhưng cô đã cán lằn rạch an toàn trước đèn.

Vừa lúc đó đèn chuyển xanh, ông giám khảo vẫn đều đều ra lệnh, quẹo trái, quẹo phải, dừng ở đây... Tôi mừng thầm, chắc ổng thấy mình hiền lành, nên nhắm mắt làm ngơ. Cuối cùng khi chạy về trường, ông chậm rãi:

- *Fräulein,* này cô, tôi rất muốn cấp cho cô cái bằng lái. Nhưng lỗi lầm này nặng lắm, tôi không thể bỏ qua được.

Bây giờ, tôi mới nhìn rõ ông giám khảo. Mặt mày hắc ám như phù thủy. Đã đánh rớt, thì cho tôi về ngay lúc đèn đỏ. Cớ sao bắt tôi tiếp tục chạy lòng vòng, làm tôi mừng hụt. Vậy là, lần đầu tiên trong đời, tôi biết mùi buồn của đậu phải cành mềm. Tôi phải chắt chiu, tiện tặn tiếp, chờ thi đợt sau. Thắt lưng buộc bụng kiểu này chắc eo nhỏ bằng eo của cô Scarlett trong phim *Cuốn Theo Chiều Gió.* Tôi biết khôn, ngoan hơn, nghe lời hướng dẫn của thầy giáo, không dám cà khịa với ổng nữa. Lần thi này, tôi chạy rất thiện nghệ, sau hơn nửa tiếng đồng hồ biểu diễn chạy trong phố, ra làng, vào xóm, ông giám khảo, chồm lên đưa miếng giấy bìa màu xám, vui vẻ:

- Chúc mừng cô có bằng lái. Nhưng tôi lưu ý cô, cô chạy trong phố hơi nhanh. Mà ra ngoài xa lộ lại hơi chậm đấy nhé.

Tôi mừng quá, vội vàng đưa tay cầm lấy bằng, sợ ông giám khảo đổi ý. Thật ra, trong giờ thi, tôi cảm thấy căng thẳng tột độ, đâu kiểm soát vận tốc của mình. Mừng rỡ, tôi vội viết, ký tên mình lên bằng lái. Tay run rẩy, lọng cọng. Nhìn bằng lái của tôi, thấy ngay chữ viết như gà bới của mình.

Vừa tốt nghiệp trường lái xe, mảnh bằng chưa ráo mực, tôi được dịp trổ tài kỹ năng lái xe. Đến dự đám cưới của cô bạn, chồng tôi được vinh hạnh chở cô dâu chú rể. Tôi chạy xe khác, chở thêm mấy chú bác, bà con của cô dâu, chạy sau xe hoa. Xe hoa chạy chầm chậm, tôi tà tà bò theo. Lần đầu làm tài xế, không có thầy giáo hướng dẫn, tôi khớp lắm. Mời bà con hành khách lên xe xong, tôi đầy đủ thủ tục sửa ghế, chỉnh kiếng trong, kiếng ngoài, rồi nổ máy. Cũng nhìn trái phải, ngoáy đầu lại, tránh góc chết... Chạy đâu chừng ba cây số đến hội trường tổ chức tiệc cưới, tài xế hãnh diện mời bà con, cô bác xuống xe. Lúc đó, tôi giật thót cả người. Nãy giờ, hồi hộp quá, chạy xe mà không nhả thắng tay. Cũng may, chạy chậm, đoạn đường ngắn, chớ không thôi, bố thắng cháy đen, khét nghẹt. Nếu có ông giám khảo đi cùng, ông thu hồi bằng lái của tôi chứ chẳng chơi.

Khi con trai đang ở vườn trẻ, cùng các bà mẹ khác, chúng tôi thay phiên nhau đưa mấy đứa bé đi tập bơi. Đến trước ngày phiên của tôi chở, Bê ngại bạn bè sẽ "đàm tiếu" tấm bảng ghi "tài xế non tay lái" dán trên đuôi xe, Bê thuyết phục:

- Mẹ ơi, con nghĩ, Mẹ chạy xe chiến rồi. Mình không cần bảng *Anfänger*, người mới chạy xe, nữa đâu. Mình gỡ bảng này ra, để dành cho dì Hiền.

Tôi gỡ tấm nhãn hiệu *Anfänger* cho con yên tâm. Nhưng nghĩ, rồi sẽ gắn lại. Thường thường, trên đường phố, các tay mơ mới vào làng lái rất được "nể nang". Ai cũng tìm cách nhường đường. Gắn bảng *Anfänger*, chạy chậm, lạng quạng không bị bấm còi. Thiên hạ chạy giữ khoảng cách, vì các *Anfänger* dễ bị lạnh cẳng bất ngờ, thắng gấp, hoặc nhá đèn phải, mà quẹo trái... Bê lo xa đó thôi. Tôi đến đón, bầy nhỏ lao nhao, leo lên xe, cười nói rộn ràng. Có đứa nào thắc mắc gì đâu. Vậy đó, tôi đã nhiều lần gọn gàng chở mấy vận động viên đi về bình an vô sự.

Nhiều buổi chiều, sau giờ học, tôi chở Mạ tôi và con trai đi chợ. Bê ngồi đàng sau góp ý:

- Mẹ ơi, xe vận tải sắp qua mặt mình rồi. Mẹ, Mẹ, chỗ này không cấm chạy nhanh.

Có lúc Bê hối:

- Mẹ chạy nhanh chút xíu. Chớ không thôi, mình đến nơi, chợ đóng cửa mất tiêu. Bà Ngoại không mua được thịt, là không có thịt chà bông đó.

Bàn chuyện xe cộ, Bê vờ hỏi:

- Hồi đó Mẹ trúng số *Lotto* phải không?

Tôi ngạc nhiên:

- Mẹ trúng số hồi nào đâu!

- Có mà! Cái bằng lái của Mẹ đó.

Tôi cốc đầu Bê một cái:

- Đừng có lộn xộn. Hồi đó Mẹ đã từng chở Bê và đám bạn Bê đi chơi nhiều lần rồi.

Lâu lâu, nghe ai đó chạy nhanh, bị cảnh sát giao thông "túm", giam bằng lái vài tuần. Tôi nói, phải chi nhà nước đồng ý, tôi sẵn sàng cho mượn cái bằng lái mấy chục năm tuổi của tôi, lý lịch sạch trơn, chưa một lần đậu bậy, chưa một lần chạy nhanh.

Coi vậy, bằng lái của tôi không phải vô dụng. Năm nọ, mua sắm bên Mỹ, tôi trả tiền bằng thẻ tín dụng. Cậu thanh niên bán hàng lịch sự hỏi tôi giấy tờ tùy thân, để so sánh với thẻ tín dụng. Tôi lục lọi xách tay, không mang theo thẻ thông hành, thẻ căn cước, chỉ có mỗi bằng lái trong ví. Tôi ngài ngại, nhỏ nhẻ xin lỗi. Cậu ta bảo *Driver's license* được mà. Bằng lái của tôi toàn tiếng Đức. Cậu ta nhìn hình, nhìn tôi. Đọc tên tôi trên bằng lái. Cố gắng nhìn những chữ lạ lẫm, tìm ra chút xíu gì tương tự tiếng Mỹ. Cậu ta bối rối hỏi:

- Cô chỉ hộ tôi ngày sinh của cô ghi ở đâu trên bằng.

Tôi chưa kịp chỉ, nghe cậu ta reo lên:

- Đây rồi tôi thấy rồi, ngày... năm 1984.

Cậu ta vui vẻ đưa bằng lái cho tôi, nhanh nhẹn hoàn tất thủ tục tính tiền. Mèng ơi, ô vui quá sá là vui. Năm 1984 là năm bằng lái của tôi chào đời. Chứ tôi chào đời trước đó hơn hai thập niên lận. Ha ha, còn lời khen nào khéo hơn.

Nơi khu chung cư nơi chúng tôi ở, mỗi căn hộ chỉ có một chỗ đậu khiêm tốn dưới tầng hầm. Bên phải chỗ đậu xe của chúng tôi là một chiếc xe "con báo" bóng lộn. Chồng tôi nhắc chừng:

- Em đậu xe cẩn thận, có gì nhích qua bên trái. Lỡ quẹt chiếc *VW*, nhẹ tội. Chớ sướt chiếc *Jaguar*, lủng túi đó.

Xe tôi thường có cái gối, để thêm chút thước tấc cho tài xế. Chồng con tôi đùa, khi tôi ngồi ở ghế tài xế, xe sau tưởng xe mình không có người lái. Ấy, vậy mà thời nay, xe không người lái là đề tài nóng bỏng thiên hạ bàn tán rân ran. Biết đâu, ngày xưa, ông kỹ sư nào đó chạy sau xe của tôi, không thấy tài xế, xe vẫn chạy bon bon. Nhờ đó, ông nảy sáng kiến chế tạo xe không người lái.

Ngày con còn nhỏ, tôi ở tỉnh lẻ, lái xe đưa đón con, chạy những đoạn đường đã thuộc nằm lòng. Về Munich, chốn *ngựa xe như nước áo quần như nêm*, tôi nhát tay lái. Đến ngã năm ngã bảy, nào xe du lịch, xe vận tải, xe buýt, lại thêm lù lù xe điện chạy đường rầy chung vai sát cánh, tôi chỉ có nước tấp đại chỗ nào đậu xe hơi, rồi leo lên xe buýt về nhà. Đi đâu xa, mỗi khi tôi ngỏ ý muốn chạy phụ với chồng, anh ngần ngừ, rồi đề nghị:

- Thôi, hôm nào anh khỏe, em hẵng chạy.

Hoặc:

- Thôi, hôm nào thong thả nhé. Hôm nay mình không nhiều thì giờ.

Dần dà, tôi hết thích lái xe. Nhớ thời ở đại học Frankfurt, cô bạn nhận xét về ông giáo sư dạy môn Kinh Tế Quốc Dân:

-Ông *Professor* của tụi mình giỏi ác liệt nhe. Vì giỏi quá, nên ổng có cái dở cũng khủng khiếp. Biết sao không! Ổng không biết lái xe hơi.

Cô bạn nói xong cười rinh rích. Ông giáo sư thấy nụ cười đó, chắc quê một cục. Riêng tôi, nghe vậy, thấy man mát trong ruột. Suy bụng người, ra bụng ta. Vậy, chắc mình có cái gì hơi hơi giỏi, nên chi khả năng lái xe của mình lơ tơ mơ như vậy.

Ở Đức, xa lộ không thênh thang như ở Mỹ. Đường nhỏ

hẹp, nhưng xe chạy khá nhanh. Luật lệ rành rành, ai có ưu tiên, chạy trước. Mấy ai chịu nhường nhịn nhau. Bởi vậy, chạy xe trên xa lộ phải vững tay lái. Những đoạn đường không giới hạn tốc độ, tài xế tha hồ nhấn ga, cảnh sát chẳng phiền hà gì. Nếu đường vắng, xe ngon, chạy trên 200 cây số giờ cũng được. Cho nên, lối chạy xe đủng đà, đủng đỉnh của tôi đôi khi cản trở giao thông.

Những tiếng nói có gang, có thép trong kỹ nghệ xe hơi tiên đoán rằng, đến năm 2020, xe không người lái sẽ là sản phẩm hàng loạt cho khách tiêu dùng. Nghe đâu, mới đây hãng *Daimler* đang thử chiếc xe *Mercedes F015*, chạy 200 cây số giờ, không cần người lái. Cứ đà này, vài năm nữa, xe không tài xế có thể chạy 500 cây số giờ.

Ông Elon Musk, đồng sáng lập viên của hãng xe hơi chạy bằng điện, đã chẳng tuyên bố một câu xanh rờn rồi sao: 20 năm nữa (khoảng năm 2037), sẽ chẳng còn chiếc xe hơi nào có tay lái. Lúc đó mà còn dùng xe tay lái thì giống như có con ngựa vậy. *"There will not be a steering wheel, in 20 years, it [owning a regular car] will be like having a horse"* – Elon Musk

Tưởng tượng, lâu lâu cao hứng, tôi đặt mướn chiếc *Porsche, Ferrari*, hiên ngang, dõng dạc rủ bầy cháu nội ngoại:

-Cuối tuần này, bà chở mấy cháu đi chơi nhé. Sáng, bà đưa tụi cháu qua Paris điểm tâm *croissant, baguette*. Trưa, bà cho tụi bây xuống Playas les Marines, Costa Blanca Tây Ban Nha tắm biển một chút. Tối, bà cháu mình lên Hamburg, bắc Đức, coi tuồng nhạc kịch *Vua Sư Tử*.

Báo chí thời thượng Việt Nam dùng chữ tay lái lụa để

diễn tả những tài xế với trình độ lái xe giỏi. Thỉnh thoảng vài ba tờ báo màu sắc lòe loẹt, đăng lên hình bìa cô ca sĩ, tài tử, người mẫu đứng ngả ngớn, kiểu cọ bên chiếc xe hơi bóng lộn, bên dưới có tựa đề Tay Lái Lụa Ca Sĩ XX.

Biết đâu, đám cháu nội ngoại của tôi cũng nháy một tấm, tôi lụm khụm bên chiếc *Lamborghini* vàng choé. Bên dưới tấm hình, đám cháu dễ yêu của tôi ghi hàng chữ: Tay Lái Lụa Bà Nội.

Tháng Bảy 2016

BÀI CA HẠNH NGỘ

... Luôn ghi kỷ niệm ban đầu yêu thương.

Lê Uyên Phương

Quỳnh Lâm báo tin sẽ đến Đức trong tuần lễ từ 11.10.2002 đến 17.10.2002. Nisha vội vàng thu xếp "sự vụ lệnh" để công du sang Đức. Nisha lo đi chợ sắm sửa đầy mấy tủ lạnh, tủ đá, để ba cha con Lộc, Lâm, Liêm sống còn trong thời gian nữ tướng đi xa.

Chúng tôi hồi hộp quá, ngày nào cũng thư từ, nhắn nhủ, dặn dò đủ điều tẩn mà, tẩn mẩn. Điện thư qua, về hoa cả mắt. Thư nào chúng tôi cũng nhắc nhở nhau giữ gìn sức khoẻ, vì đứa nào cũng "lão" rồi. Khi gặp nhau, tụi tôi nhất thiết phải đầy đủ tinh thần minh mẫn trong thân thể tráng kiện. Có hôm, đến trưa, chưa nghe tăm tiếng, tôi sốt ruột, xuất khẩu làm thơ... bút tre:

Bây giờ đã một giờ trưa,
Bạn dzàng bận việc? Sao chưa í-mèo!
Munich ngồi buồn chèo queo,
Làm thơ con cóc, tréo ngoe cẳng ngồng.

Nisha sẽ đáp chuyến xe lửa đêm từ Paris, đến München vào sáng sớm. Quỳnh Lâm bay từ Stockholm đến phi trường vào buổi chiều. Ban đầu, tôi định lấy ngày phép trong suốt thời gian gặp mặt. Nhưng rồi, tôi chỉ nghỉ được ba ngày.

Sáng thứ sáu, tôi đạp xe ra trạm xe điện, để từ đó đáp xe vào nhà ga thành phố đón Nisha. Thường, mỗi lần đưa đón ai, vợ chồng tôi dùng xe hơi cho thuận tiện. Nhưng hôm nay, tôi muốn thi vị hóa cảm giác mở màn bài ca hạnh ngộ của chúng tôi. Đây rồi cổng số 21, xe xuất phát từ Paris-Est, toa số 115. Nisha đang đứng ở cửa xe, một va-li to, một tay xách túi ny-lông, hai bịch nhãn bự, lỉnh kỉnh mấy món bánh đặc sản của quận 13, Paris. Tay kia Nisha ôm một cây trúc. Cảm động quá, tựa cảnh Kim Cương ở quê lên tỉnh trong vở kịch *Lá Sầu Riêng*. Thương mi quá Nisha ơi. Tao biết mi có cái cột sống già trước tuổi. Vậy mà cũng ráng khuân vác cho tao. Lên xe điện, hai đứa bắt đầu hót.

- Tao chỉ đem 3 bộ đồ thôi. Còn lại là hàng hóa cho con Lâm đó. May, mày nói không cần gì. Thiệt, tao chẳng biết nhét vô đâu nữa. Anh Lộc đã chiết sẵn cây cúc Nhật rồi. Nhưng tao không sao cõng đi được.

- Cây trúc là đã quá sức mày rồi. Để hồi nào tụi tao qua chơi, tụi tao sẽ vời cây cúc về.

Trước khi qua, Nisha hỏi tôi cần mỹ phẩm gì của Paris

không. Tôi viết cho Nisha, rằng tôi không cần mỹ phẩm, với lý do:

Cũng vì mắt ngó trời xanh
*Cho nên mắt cũng long lanh màu trời. **

Nisha mong trời München xanh hoài để tôi khỏi cần tốn tiền cho phấn mắt.

Đến trạm xe gần nhà, trời mưa, đường trơn ướt tiêu điều. Chúng tôi hì hục khiêng đồ đạc ra xe... đạp. Va-li to để yên sau. Túi đồ ăn nặng trĩu treo nơi tay lái. Tôi đẩy xe đạp. Nisha ôm cây tre. Trời mưa bất ngờ, không có dù nón, chúng tôi lấy khăn trùm đầu. Hai đứa đi dưới mưa, vẫn chuyện trò giòn giã. Tiếc, tôi không chụp được cảnh đôi bạn chân tình (hay để dấu sai thành đôi bạn chằn tinh!) sánh bước dưới mưa, tình tứ tận mạng.

Nisha bàn với tôi, bây giờ chỉ có hai đứa, chúng tôi sẽ bàn bạc những đề tài cấm kỵ, không thích hợp với đầu óc ngây thơ, hồn nhiên của Quỳnh Lâm. Quỳnh Lâm nghe được chuyện này, chắc sẽ phản đối ầm ỹ. Chúng tôi rù rì, *Có những niềm riêng gần như hơi thở...* Trong lúc Quang Tuấn đang ngọt ngào, ... *Anh là mùa thu, cho Em mơ màng, Anh là lời ru, quấn quít bên nàng...* Nisha nhẩn nha:

- Ừ, Quang Tuấn ca cũng hay. Nhưng sao sánh với Tuấn Ngọc được.

Nisha đem đến cho tôi bao nhiêu là quà, tôi thương nhất là hai bài nhạc: *Tâm Khúc* của Nguyên Chương và *Phiến Đá Sầu* của Diệu Hương với hàng chữ nắn nót của Nisha: "Chép tặng người mang tâm hồn lãng mạn... như ta". Tôi cỡi ngựa sắt, phóng ra chợ mua bánh mì. Đồ ăn sáng đầy bàn, mà cả hai hầu như quá bận rộn với những tâm sự đầy kín trong lòng. Nisha chủ trương "tiên vi chủ, hậu vi khách", cho tôi ưu tiên tỉ tê. Bài luận tôi nộp cho Nisha chỉ có nhập đề và thân bài, chứ không có kết luận. Bố cục xem ra rất lủng củng. Không gian, thời gian không liền lạc. Vậy mà, Nisha vẫn hiểu được tôi kể gì. Thấy có người dỗ, cái khả năng giọt vắn, giọt dài tưởng đã ngủ quên, giờ thức dậy.

Nisha tặng cho tôi chiếc khăn quàng cổ, trông rất sang, rất... tây. Hợp ý tôi vô cùng. Nisha nói:

- Cho đúng cái tính điệu của mày.

- ?

- Hôm mày đi làm bên Paris, ghé lại tao, mày tròng mấy cái khăn quàng. Đến bé Liêm còn thấy cái sự... nhiều khăn của mày.

- Thiệt ra, sự điệu chỉ là phụ. Tôi giảng giải. Khăn nhỏ sát cổ, để giữ ấm thanh quản, khí quản và giữ cổ áo... cho sạch. Khăn vuông to hơn khoác lên vai, cho bờ vai em gầy guộc nhỏ khỏi bị lạnh mà còn... vác cuốc ra đồng. Khi ra đường, trong cái lạnh cắt da, cắt thịt, mấy cái khăn lụa nhằm nhò gì. Lúc đó, phải quấn khăn len. Mày không biết chứ, lúc lạnh 10 độ âm, xe buýt đến trễ, còn đau khổ gấp mấy lần bị người yêu cho leo cây.

Nisha tặng cho tôi chai dầu thơm Weekend của Burberrys.

- Mùi này trẻ trung lắm, hy vọng hợp với mày.

- Cám ơn mày còn nghĩ là tao chưa già khụ. Tôi nghĩ thầm, chớ không phải mày chê tao già, khi biết tao xịt bay hết mấy chai Chanel N° 5.

Đã đến lúc đi đón Quỳnh Lâm. Tụi tôi chẳng đủ thì giờ gỡ đám tơ lòng rối rắm hai đứa vừa trải ra. Trời vẫn mưa tầm tã. Xa lộ bị kẹt xe. Anh Lợi đổi đường mấy lần. Đến nơi khá trễ. Máy bay của Quỳnh Lâm lại làm lanh xuống hơi sớm. Tôi sợ Quỳnh Lâm bị hải quan ách lại đâu đó. Nàng đã thông báo, có mang theo chừng 500 dĩa *VCD* phim chưởng và nhạc *karaoke.* May quá, Quỳnh Lâm đã xong mọi thủ tục, nai nịt gọn gàng, đang dáo dác tìm chúng tôi. Tôi cảm thấy lương tâm cắn rứt, khi thấy hai túi chữ nghĩa nặng chình chịch Quỳnh Lâm "tha" cho tôi. Không biết khi nhận hành lý chất lên xe đẩy, có văn nhân, võ nhân tốt bụng phụ cho Quỳnh Lâm chăng.

Về đến nhà, chúng tôi sà xuống mấy va-li của Quỳnh Lâm như bầy kên kên. Ai cũng có quà. Tôi được nhiều nhất. Hai bộ sách truyện kiếm hiệp, tha hồ luyện chưởng. Nisha nhõng nhẽo chậm hơn tôi, nên va-li Quỳnh Lâm hết chỗ. Thêm mấy cuốn *Hồi Ký Nguyễn Hiến Lê, Trần Văn Khê, Trịnh Công Sơn*. Ủa, tự nhiên sao tôi lại quan tâm đến hồi ký vậy ta. Hổng chừng vài chục năm sau, tôi cũng tập tễnh viết hồi ký. Anh Lợi và Nisha chia nhau mấy trăm dĩa *VCD* chưởng. Mấy bịch cơm cháy để nhâm nhi khi xem phim. Quỳnh Lâm viết điện thư báo tin đã mua "com chay". Nisha đọc, khen thầm, bạn vàng đã hồi tâm, ăn cơm chay. Ai dè, cơm cháy với thịt chà bông, thơm nồng mùi nước mắm, cay xé, ngon hết biết.

Buổi tối đầu tiên, sau một ngày chạy lui, chạy tới từ nhà ga, phi trường, phố xá, Nisha chẩn bệnh:

- Tụi bây bị trúng gió rồi. Để tao cạo gió, đấm lưng cho khỏi bệnh. Ngày mai mình còn đi du hí nữa.

Quỳnh Lâm rất mê màn chữa bệnh này, tán thưởng nhiệt liệt. Tôi ngại ngùng, bởi tôi chưa bao giờ dám thử thú đau thương của cạo gió. Nisha chăm chú cạo sột sột trên lưng tôi, xuýt xoa:

- Trời ơi, gió quá trời! Chốc chốc lại hỏi. Đau không?

Tôi tê tái, nghẹn ngào:

- Không đau lắm.

Vậy mà, khi Nisha đấm lưng, tôi mong mình bị trúng gió nặng, để Nisha đấm lưng tới sáng. Ban chiều Nisha trầm trồ cái chân nến bằng thép đen, uốn hình một cô sơn nữ mang gùi.

Tôi gạ:

- Nisha, mày có thích cái chân đèn cầy ngoài phòng khách chui vào va-li của mày không?

- Cũng được. Nhưng tao muốn có đủ bộ. Tức là có luôn cô thôn nữ trên kệ sách ngoài phòng ăn nữa.

- Mày thích gì trong nhà tao, cứ tự tiện khuân. Nhưng trước khi khuân, mày làm ơn đấm lưng lâu lâu một chút.

Nisha hỏi tôi có thấy đỡ không, tôi bèn làm bộ đau khổ:

- Tao thấy còn mệt mỏi lắm. Chắc phải đấm lưng thêm nữa.

Nisha phát lên mông tôi một cái, đau điếng

- Khỉ mốc, dẹp mày đi, đừng có làm bộ, đủ rồi.

Sáng hôm sau, chúng tôi chuẩn bị để đi lên nhà chị Cẩm Thành. Nisha khám tôi, phán rằng tôi vẫn còn... phải gió. Tôi than thở:

- Tao muốn gội đầu. Tóc đầy những dầu, đủ để chiên chả giò.

- Thôi được, để tao gội cho mày. Lấy khăn lông quấn cổ lại, đừng để cổ bị ướt.

Cảnh Robert Redford gội đầu cho Meryl Streep trong phim *Trời Phi Châu (Out of Africa)* làm sao sánh với cảnh gội đầu trong phòng tắm bé tí của chúng tôi. Tôi cảm- động-đậy ghê lắm. Tôi ngồi yên, tận hưởng sự săn sóc của Nisha. Tay gãi đầu tôi nhè nhẹ, Nisha đều đều giọng... gia huấn ca:

- Tụi bây phải biết giữ gìn sức khoẻ. Già hết rồi, sụm lúc nào không hay. Đừng bắt chước tụi Tây. Tắm rửa tan xà lan, không để ý gió máy gì...

Tội nghiệp Nisha. Tính ra, Nisha rệu rạo hơn tụi tôi nhiều. Nisha bị đau lưng phải nghỉ làm việc một thời gian dài. Nisha kể vui rằng, bác sĩ nói, nếu phụ tùng của con người cũng thay được như xe hơi, chắc bác sĩ thay ráo trọi cho Nisha rồi. Tôi gật gù:

- Vậy, chỉ còn dàn đồng là chiến thôi. Tôi nghĩ thầm, với lại bộ thắng nữa. Nhưng không dám nói.

Nisha qua Đức, anh Lộc lo lắng, lăng xăng. Nisha chưa đi đâu một mình bao giờ. Tôi ghẹo Nisha:

- Tại mày lá ngọc cành vàng. Chớ như tao đây, con nhà nông, dù sáng sớm tinh mơ, hay đêm tối mịt mù, hiên ngang một mình, một ngựa, vác cày ra ruộng.

Tôi làm bộ khép "đôi mi gầy":

- Mày thấy có thương cái thân già cà khổ của tao không? Vừa lao tâm, lại vừa lao lực.

Nisha nghiêm mặt:

- Đừng có nhắc đến chữ khổ. Đời tụi mình như vậy là sung sướng, phúc đức lắm đó.

- Ừ, giỡn chơi tí thôi, chứ tao biết chứ.

Chúng tôi chuẩn bị đi Karlsruhe. Nisha phát cho hai đứa hai viên thần dược *Di-Antalvic.* Nisha nói là thuốc trị nhức mỏi, chống cảm cúm. Quỳnh Lâm uống xong, còn để vỏ giấy trên bàn. Nisha nghiến ngầm:

- Đứa nào ăn rồi... ị tại chỗ đây?

- Con Lâm đó. Thuốc của tao còn đây. Tôi mừng quá, vội lên tiếng. Hên, tôi chưa uống. Chứ không thôi, tôi cũng chung một tội như Quỳnh Lâm.

- Sao mày không uống cho rồi, mà còn rề lui, rề tới đó?

- Tại tại tao... Chết cha, tôi không tìm ra lý do để chạy tội.

- Thôi, đừng chối quanh, chối co. Mày uống liền cho tao. Nói thiệt tụi bây, ba đứa mình ở chung một nhà, vì mấy cái vụ này, chắc tao chửi tụi bây tối ngày sáng đêm.

- Có lý. Tưởng tượng mày vừa chửi, vừa đấm lưng thì đã quá. Tao tình nguyện trúng gió hai ngày một lần để được nghe chửi. Tôi còn giỡn cù nhây.

Sáng chủ nhật ở Karlsruhe, lại thêm một đêm nói nhiều, chớ ngủ chẳng bao nhiêu. Ba đứa chia phòng trên tầng ba với gia đình Hiền Trọng. Dù mắt còn cay xé vì thiếu ngủ, ba đứa lại mở máy. Quỳnh Lâm một hai còn đau nhức trong người, xin lương y ra tay cứu nhân độ thế. Tôi không hảo món cạo gió, nhưng ghiền món đấm lưng của Nisha. Tôi vờ cằn nhằn:

- Hôm qua tao ít đau. Mày cạo gió làm sao, bây giờ tao thấy bịnh quá.

- Đồ cà chớn! Cứu vật, vật trả ơn, cứu nhơn, nhơn trả oán. Nhớ nghen, đứa nào bịnh tao cho ngủm luôn, không thèm chữa. Coi thử tụi bây làm sao.

- Tự đó đến giờ mày coi tao là vật nhiều hơn là nhơn mà. Khi thì mày kêu tao là đồ khỉ. Ngang như cua, chậm như rùa, dữ như cọp, lạch bạch như vịt bầu. Dzậy thì, tao là vật đứt đuôi con nòng nọc rồi. A, bữa qua mày ám chỉ gì gì đó với ngựa Thượng Tứ. Ừ, mà mày nói ngựa Thượng Tứ không phải là ý xấu. Mày cắt nghĩa tao nghe thử coi.

- ...

Chúng tôi nhảy từ đề tài này sang đề tài khác.

Anh Tư từ nhà dưới phóng lên:

- Ba mụ họp chợ um sùm quá. Bòn Bon vừa mắng vốn chủ nhà, rằng ba con mén nói lắm, cười nhiều.

Nhân cơ hội đó, Hiền cũng méc luôn:

- Ba chị rù rì cái gì, mà anh Trọng nhịn cười không nổi. Ảnh trùm mền lại để cười, mà vẫn nghe lén tiếp tục.

Chị Cẩm Thành còn chêm thêm:

- Miệng của ba đứa bây như cái... đít vịt, cứ láp nháp

không nghỉ.

Ba đứa thót ruột ngó nhau. Chết dở. Nãy giờ tưởng mình điều chỉnh âm thanh vừa đủ nghe, cho nên bàn bạc bao nhiêu điều quốc cấm. Ráng chịu, cho chừa tật họp chợ bừa bãi.

Anh Lợi và tôi vẽ vời chương trình du sơn, du thủy cho hai nàng. Sẽ đi thăm lâu đài Neuschwanstein đẹp như trong chuyện cổ tích. Sẽ đi dạo trong lâu đài Nymphenburg trên những thảm lá mùa thu. Sẽ vào phố, đến ngắm Tòa Đô Chính, ngắm nhà thờ kiến trúc giống như củ hành, dạo chơi trên đại lộ Maximilian rực rỡ... Quỳnh Lâm nhất định phải đến Làng Thế Vận Hội một lần cho biết. Nàng đã đến München hai lần rồi, mà vẫn chưa diện kiến dung nhan của Làng.

Sáng thứ hai, anh Lợi và tôi đều nghỉ phép. Định sẽ khởi hành khi trời vừa sáng để tận dụng thời giờ. Nhưng tối chủ nhật, ba đứa chuyện vãn khuya lắc, khuya lơ. Sáng dậy sớm, vừa mở mắt, ba đứa mở miệng, lăn qua, lăn lại... nướng cháy đen, cháy đét. Khi tất cả quyết định đi Salzburg, trời đã quá ngọ. Ông trời sụt sùi không thua gì ca sĩ Anh Khoa trong nhạc phẩm *Em Đến Thăm Anh Đêm Ba Mươi*. Gần tới biên giới Áo, trời hơi quang đãng. Trên núi cao, thấy được chút tuyết phủ, Nisha suýt xoa:

- Dễ thương ghê.

- Mày làm như bên Pháp không có tuyết vậy.

- Sau này khu vực Paris ít khi có tuyết lắm.

- Ui chao, như tao sáng sáng lầm lũi lội tuyết, thương hổng nổi...

- ...

Câu chuyện vẫn như bắp rang với tất cả đề tài. Tôi dỏng tai nghe và đóng góp đầy đủ mà vẫn cảm thấy mắt muốn sụp xuống. Lâu nay, anh Lợi đã tập cho tôi một thói quen rất lý tưởng cho cả hai. Hễ lên xe chừng vài phút, tôi chợp mắt. Anh Lợi thoải mái nhấn ga, không phải nghe những lời bàn lằng nhằng của vợ. Tôi lo ngủ bù cho những ngày đã thiếu ngủ, hoặc sẽ không có thì giờ ngủ, khi mấy chị em gặp nhau. Như thường lệ, tôi mang cặp kiếng mát lên. Người khác cứ tưởng tôi đang ngắm phong cảnh, chứ ai mà biết được là tôi đang... khò đâu.

- Mày làm cái trò gì vậy Thúy? Trời có nắng đâu.

- Không nắng. Nhưng tao nghĩ mang kính vào đẹp thêm, thì mang. Tôi giả đò.

- Phu nhân của Lợi sắp sửa ngủ rồi. Anh Lợi giảng giải.

- Lâm cũng sắp sửa ngủ đây. Giọng Quỳnh Lâm nhừa nhựa.

- Ưng ngủ thì ngủ. Chớ trời này, mày mang kính, tao thấy quái dị quá. Bên Tây, như vậy người ta có nhiều giả thuyết. Hoặc là bị chồng dợt cho bầm mắt. Hoặc là khóc nhiều, mất ngủ, mắt quầng thâm...

- Thôi, thôi đủ rồi. Tao dẹp cái kính ngay.

Vẫn không chống cự nổi cơn buồn ngủ... Tôi nghe anh Lợi và Nisha chuyện trò rôm rả. Lơ mơ, tôi nghe anh Lợi nói giỡn với Nisha, rằng kiếp sau anh ước được làm bông hoa, để được tôi chăm sóc chu đáo... Có cả đề tài kiếm hiệp. Quỳnh Lâm mang vừa sách, vừa phim qua. Kỳ này tha hồ thuận vợ, thuận chồng, mà tát cho hết mấy bộ kiếm hiệp...

Đậu xe xong, bốn người đi dạo trong mưa, tìm đường đến phố cổ. Mới mấy bước, đã gặp một "thắng cảnh" đầu tiên. Một tiệm áo quần có ghi chữ đại hạ giá tổ tướng. Nisha xông xáo như tướng lãnh ra trận. Quỳnh Lâm theo bén gót. Chớp mắt một cái, hai nàng đã cầm trong tay ba bốn món. Tôi xác nhận đó là hàng hiệu. Quỳnh Lâm khoái chí, như vậy về Việt Nam mặc không sợ "đụng hàng". Anh Lợi tranh thủ, nhớ nhà (tôi) châm điếu thuốc...

Mau lên các nàng ơi, thì giờ ngựa chạy tên bay. Đến giữa phố Salzburg, thành phố quê hương của Mozart, nơi nhạc sĩ đã ra đời vào năm 1756. Những quày hàng chợ phiên bày bán những món quà lưu niệm của quê hương Mozart. Nhiều nhất là sô-cô-la, loại có hạt dẻ nằm chính giữa. Giấy gói lúc nào cũng có hình nhạc sĩ Mozart và cây đàn vĩ cầm. Không biết ông Mozart ngày xưa có hảo ngọt không. Tôi mù mờ về tiểu sử của Mozart, dù tôi thích rất nhiều tấu khúc của ông. Khi Bê còn bé tí teo, giấc ngủ tối, hôm nào tôi không ru Bê, tôi để cuộn băng nhạc Mozart, với *Türkische Marsch*, *Eine Kleine Nachtmusik*, trích đoạn của *Khúc Giao Hưởng số 40*...

Quỳnh Lâm đã đến đây với chị Tâm vào mùa đông, buốt giá quá. Bây giờ đang mùa thu. Thành phố có vẻ đẹp khác. Hai nàng trầm trồ, thành phố dễ thương ghê. Anh Lợi đi trước vài bước. Ba nàng mắt ngắm ngang dọc, nhưng miệng không ngừng nghỉ phát thanh.

Đi ngang qua một cửa hiệu chụp hình nhỏ hẹp, phía trước có mấy tấm hình mẫu. Nisha và Quỳnh Lâm đồng la lên:

- Giống tấm hình anh Lợi và Ngọc Thúy chụp ngày xưa đây.

Tôi nhớ lần hai vợ chồng tôi đi chơi hội chợ với chị Thanh Tâm và anh Bernd. Khi thấy loại hình đó, tôi nhất định phải có. Anh Lợi thấy tôi dừng chân trước cửa tiệm, anh vội co giò, tính chạy trốn. Tôi níu tay anh Lợi. Tôi chẳng phải năn nỉ lâu. Thuở ấy, anh Lợi chiều chuộng tôi lắm. Anh theo tôi vào tiệm. Người ta biến hóa anh thành một công tử mặc áo đuôi tôm, đội nón nồi, tay cầm gậy. Anh mắc cỡ, quay mặt vô vách tường. Tôi rất mau mắn mấy vụ hóa trang như vậy. Tôi thành tiểu thư mặc đầm xòe, đội nón vải, cầm dù.

- Tụi mình cũng chụp một tấm hình làm kỹ... nghệ chứ ly. Nisha đưa ra sáng kiến táo bạo.

- Tại sao không? Mà phải rủ anh Lợi chụp chung. Quỳnh Lâm biểu đồng tình.

Chết rồi, tôi than thầm cho đức phu quân của tôi. Anh Lợi mơ hồ cảm thấy tai họa đang giáng xuống, nên bắt đầu rảo bước. Tôi vội phóng như bay đến anh Lợi, xuống giọng con cá sống vì nước. Đàng kia Nisha và Quỳnh Lâm, đầy hy vọng, hướng mắt về chúng tôi. Anh Lợi hoãn binh:

- Mình ít thì giờ lắm. Sợ không kịp đến thăm nhà của Mozart đâu.

- Nhanh lắm, chỉ năm phút thôi.

- Ừ, vậy thì lè lẹ lên. Anh Lợi ỉu xìu như mèo mắc mưa.

- Xin đa tạ hảo đại huynh. Quỳnh Lâm dài giọng phim chưởng

Trong chớp mắt, chúng tôi thành một đại công tử và ba tiểu cô nương, đầy đủ áo mão, đúng điệu tuồng tích. Cô thợ chụp hình đạo diễn.

- Mời ông ngồi ghế giữa. Cô quay qua tôi. Mời bà đứng sát vào phía bên trái, đặt tay lên vai ông.

Thì ra, cô bắt mạch, biết tôi là phu nhân của đại công tử.

Cô xếp đặt tiếp. Nisha đứng bên phải của anh Lợi, hai tay ôm dù lụa (cũ mèm, lủng lỗ tùm lum). Quỳnh Lâm đứng bên trái của tôi, cầm quạt xoè, trông đài các hết biết. Cửa tiệm trước đó vắng hoe. Khi chúng tôi đến, cô thợ đang ngồi đuổi ruồi. Bây giờ, có lác đác mấy người đứng trước cửa tiệm. Không biết họ có định vào chụp hình, hay họ tưởng đang đi ngang qua sở thú. Thấy có bốn con khỉ đột ngồ ngộ, nên đứng lại xem. Anh Lợi chắc sượng sùng chết... ngồi rồi.

(Công Tử và Ba Nàng Ngự Lâm Pháo Thủ, Salzburg – Austria)

Xem hình anh Lợi với ba nàng ngự lâm pháo thủ, dù đang đứng giữa phố, tụi tôi cười ngất ngư, bất kể đám đông chung quanh. Về sau và ngàn năm sau nữa, có cười nhưng chẳng bao giờ nhiều bằng hôm nay. Phải không, các hảo bằng hữu.

Căn nhà nơi Mozart từng cư ngụ ở Marktplatz thu hút bao nhiêu du khách. Ai đến Salzburg, cũng muốn đến thăm nhà của một trong những thiên tài âm nhạc hàng đầu của nhân loại. Chụp mấy tấm hình ở nhà Mozart xong, trời nhá nhem tối. Chắc ai nấy đã kiến bò bụng. Tôi đề nghị tấp vào một nhà hàng đối diện nhà Mozart. Nhà hàng Zum Eulenspiegel có ba tầng, kiến trúc cổ. Trang trí nội thất ấm cúng. Trên mỗi bàn, ngoài đèn cầy còn có một trái bí kiểng, trông hay hay. Tôi nói, thích trang trí mùa thu như vậy. Quỳnh Lâm có sáng kiến:

- Ăn xong, mình vời trái bí về cho con Thúy.

Khi nghiên cứu phiếu tính tiền, tôi thấy có khoản tiền khăn ăn và muỗng nĩa. Nisha la lên:

- Làm ăn kiểu này tao thấy có mùi gian lận. Thúy, mày coi quanh đây, mày thích cái gì, cứ chỉ tao, tao rinh về cho mày. Chân đèn cầy, khăn...? Gặp kiểu làm ăn như vầy, mình phải thẳng tay trừng trị. Tao không bao giờ trở lại tiệm kiểu này đâu.

- Thôi, thôi. Ở đây khách thập phương, nhà hàng đâu cầu lấy lòng ai đâu. Tao chỉ xin trái bí thôi.

- Tức mình ghê. Lúc nãy tao định đổi trái bí của bàn bên kia. Nhưng không sao, trên đường đi lên tao còn thấy mấy trái chưng cũng đẹp. Nisha hậm hực.

Cả nhóm rời nhà hàng. Nisha tỉnh bơ quơ trái bí trên

bàn, như thể đó là ví đầm của nàng. Tôi rét quá, kéo tay anh Lợi đi nhanh. Ra hành lang, Nisha lại hùng dũng ôm thêm một trái bí nữa. Tôi gần như chạy nhanh ra khỏi tiệm:

- Mau lên anh Lợi. Hông thôi chủ tiệm xách dao phay ra rượt mình đó.

Trên đường về xe, Nisha cười hỉ hả:

- Hên cho nhà hàng, tao chỉ có hai tay. Chớ không, đám bí nằm lủ khủ đó về hết ở nhà con Thúy. Tụi bây đồ hèn nhát. Nói cho lắm, tới khi đụng chuyện chạy mất tiêu.

Kệ, bị mắng mỏ nhưng có hai trái bí để trang trí. Tôi sẽ đi lượm ít lá phong vàng về trưng chung, cho có không khí mùa thu trong nhà.

Buổi sáng sau, tôi phải vác cuốc ra đồng. Dù đã chuẩn bị xiêm y sẵn trong phòng tắm, tôi vẫn phải chạy ra, chạy vào. Đồng hồ. Khăn quàng. Túi xách. Hôm nay kẹp tóc, phải cần cặp bông tai. Hai nường mắt còn nhắm tít, nhưng bắt đầu mở máy.

- Lâm, mày coi kìa. Con Thúy nó sàng lui, sàng tới, hổng biết được mấy thúng rồi. Tụi mình thử đếm coi nó đi ra, đi vô bao nhiêu lần nghe.

- Mày yên tâm, nó còn chạy ra, chạy vô vài chục lần nữa. Ngày xưa tụi tao học ở Sư Phạm, đã chạy mặt cái bịnh lề mề của nó. Quỳnh Lâm xác nhận.

- Không phải bịnh đâu mày. Bịnh gì cũng chữa được. Mà đây là cái nết tốt. Tôi phản đối:

Xàng xê là nết trời cho,
Xàng xê không được, ốm o gầy mòn.

Đã quá, một mũi tên bắn sụm hai con nhạn là đà. Quỳnh Lâm và Nisha đều gầy mòn hơn tôi.

Ôi, phải chi có *Aladdin* và cây đèn thần xuất hiện, tôi xin ngay một điều ước. Ước được chui vô mền, gác chân Nisha, nghe Quỳnh Lâm tụng kinh... khổ. Tụi tao thấy mày vui, tụi tao cũng vui. Mà có biết đâu niềm vui đã nằm trong thiên tai. Bộ tao không được cười hay sao? Bộ tao chỉ được khóc thôi sao? Nisha chẳng đã cọng trừ nhân chia rồi, một đời ba vạn sáu ngàn ngày. Hết mất vạn ngày sầu, mình bây giờ còn được mấy vạn ngày tươi nữa đâu. Đúng rồi, nhưng mày có thấy không? Ai trong thiên hạ có được hạnh phúc như của tụi mình. Tao làm gì sai đâu? Chưa, chớ không phải là không. Trong cuộc đời, ai biết được chữ ngờ. Nghe sặc mùi cải lương. Nhưng đó là sự thật. Quỳnh Lâm ơi, hình như bây giờ, mày lớn hơn tao rồi. Ngày xưa, mày chỉ bàn vô thôi. Mày chỉ quan tâm tao thích cái gì, lúc nào mày cũng chiều lòng tao. Còn bây giờ, mày bắt tao nhớ, tao phải làm gì.

Tôi chợt nhớ phim *Tình Mộng (Roman Holiday)*, có Audrey Hepburn thủ vai công chúa và Gregory Peck thủ vai phóng viên nhà báo. Ngày xưa, thuở còn là tiểu thư con nhà sách, tôi đã hồi hộp du mình theo cô công chúa cùng chàng ký giả phiêu lưu trong thành phố La Mã lãng mạn. Ông Hoàng Hải Thủy phóng tác truyện *Tình Mộng* hay tới trời.

Cô công chúa đến thăm thành phố La Mã. Là công

chúa, cô phải hành xử như hoàng gia mong đợi. Cô phải làm những điều ngược lại với những mong muốn của bản thân cô. Cô mơ màng được lang thang, sinh hoạt cùng với thế giới bên ngoài cung điện nên đã âm thầm trốn khỏi cung điện. Ra khỏi tháp ngà, dù còn lạ lẫm, cô thấy cuộc đời bên ngoài thật lý thú. Cô tình cờ gặp một thanh niên dễ thương, là anh chàng phóng viên nhà báo. Thấy cô gái đi lạc, chàng phóng viên muốn đưa cô về nhà của cô, nhưng cô không biết đi đâu. Không nỡ để cô gái nhỏ lơ ngơ giữa phố, chàng phóng viên đành phải cho cô gái tạm trú trong gác trọ của chàng. Theo lịch của nhà báo, ngày hôm sau, sẽ có một cuộc phỏng vấn quan trọng với công chúa, chàng nhất định sẽ nhờ lần phỏng vấn này thăng quan, tiến chức. Buổi sáng, khi chàng thức dậy. Quá trễ cho giờ họp báo. Không còn cách nào khác, chàng bèn sáng tác một bài phỏng vấn ma, định nộp cho tòa soạn. Khi bị chủ báo lật tẩy, cuộc họp báo tạm hủy, đọc tin nóng bỏng của báo, chàng mới kinh ngạc. Công chúa, chính là cô gái xinh xắn, đang ngủ li bì ở nhà chàng. Cô gái vui vẻ nhận lời mời đi chơi trong thành phố với chàng thanh niên. Cả hai cùng dấu sự thật. Cô công chúa muốn được làm quen, hoà nhập với nếp sống thường nhật của thành phố Rom trong lốt của người dân. Chàng phóng viên muốn có bộ sưu tập hình quý giá với công chúa. Chàng đưa cô công chúa dạo chơi khắp Rom. Cô thích thú ngắm mái tóc ngắn, trẻ trung của mình, thay cho mái tóc dài quý tộc. Cô cười trong trẻo, khi chàng chở cô đi bằng xe *vespa* giữa lòng phố. Cô hào hứng ôm cứng chàng, lúc cả hai chạy bạt mạng trong thành phố Rom. Anh thợ chụp hình, bạn anh phóng viên, theo sau, bí mật chụp những tấm hình độc đáo của chàng phóng viên và nàng công chúa. Một cơ hội ngàn vàng cho chàng để tạo tiếng vang. Những tấm hình chụp chàng và nàng chắc chắn sẽ biến chàng từ một tên phóng viên vô danh tiểu tốt thành ngôi sao của làng báo chí. Chàng say mê dệt mộng. Giữa những suy tính đó, con tim chàng mạnh mẽ lên tiếng. Không! Chàng không thể bán những tấm hình đó được. Chàng không thể bán những nhịp đập rộn ràng của tim chàng. Trong cuộc đời lang bạt của chàng đến giờ, tiếng chuông trong lòng chàng, chưa bao giờ thánh thót như ngày hôm nay, khi cùng nàng ném những đồng xu xuống giếng ước. Chàng đưa công chúa trở về cung điện. Hôm sau, khi họp báo, chàng đến. Với tư cách là người dân Rom, chàng tặng cho công chúa một món quà: Những tấm hình của một ngày hạnh phúc trong đời chàng và có lẽ đời nàng. Nàng kiêu kỳ đưa tay nhận món quà với lời cám ơn máy móc. Giờ ra chơi thơ mộng đã chấm dứt. Cô công chúa lại phải làm công chúa. Phải nhận lời mời đến một nơi cô không thích. Phải từ chối món quà mà cô vẫn hằng ao ước.

Quỳnh Lâm ơi, Nisha ơi, phải chăng trong mỗi con người mình đều có vai trò công chúa? Phải vui lòng làm ngược lại những ý thích thật sự của mình. Phải chấp nhận trong héo ngoài tươi, để cuộc sống giữ được cái quân bình (dầu là giả tạo) của nó. Tao chưa trốn khỏi cung điện. Tao biết là tụi bây vì thương tao mà lo, sợ rằng ngoài cung điện không có chàng phóng viên có tình, có tâm. Ngoài cung điện, chỉ toàn là cạm bẫy, sẽ phá hủy tháp ngà cuộc đời. Ôi, sao rắc rối dữ vầy Quỳnh Lâm ơi, Nisha ơi.

Tôi đi làm, hồn lơ đễnh mộng ra ngoài cửa... văn phòng. Về đến nhà, Nisha cứ phải mắng vốn rằng con Lâm nó đoảng không chịu được.

- Nó nướng nửa ngày mới mò dậy. Nó gọi điện thoại nam tào bắc đẩu xong, rồi mới thều thào với tao: Nisha ới, tao đói bụng quá. Làm sao đây. Đồ ăn có đầy trong tủ lạnh. Nhưng bát dĩa của mày, hàng hàng lớp lớp, lỡ xài không đúng với cái kiểu màu mè hoa lá hẹ của mày, mất công mày về mày la oai oái nữa. Đã vậy tô chén nho nhỏ như mấy cái chung uống trà. Xúc cả chục chén cơm mà sau đó bụng vẫn còn lưng lửng.

Tôi nói với Nisha:

- Quỳnh Lâm phước đức mấy chục đời mới gặp được anh Đức.

- Nói đúng hơn, anh Đức kiếp trước chắc phá mấy chục cái chùa nên kiếp này phải trả nợ. Nisha tiếp lời.

- Nói vậy thôi. Mày nghe nó nhỏng nhẽo với anh Đức, thì sẽ hiểu tại sao anh Đức sẵn sàng chịu vô phước mà hầu nó. Tôi nhái giọng nhão nhoét của Quỳnh Lâm: Anh ơơơi, bé với Thúy đói bụng quá hààà... Anh tìm gì cho tụi bé ăn đi. Vậy là anh Đức nhà ta lấy xe phóng đi như anh hùng xa lộ thứ thiệt. Mấy phút sau rinh về một bịch to tướng, nào là bánh bò, bánh tiêu, giò cháo quẩy nóng hôi hổi, vừa thổi vừa ăn.

- Thôi, nghe cái giọng như dzậy, tao muốn nổi da gà.

- Tao trông cho nổi da gà, luyện được cái giọng như nó, cho được sung sướng phận gái thuyền quyên.

Tôi than với Quỳnh Lâm và Nisha, mấy tên đồng nghiệp trong hãng "thuốc" tôi bằng súc-cù-là. Bữa thì Ritter Sport, bữa thì Lindt. Khi có hạt dẻ, lúc có vị rum. Khổ quá, nuốt nhiều sợ mập, không ăn lại thèm. Nisha trấn an:

- Mày có lên cân, áo quần không vừa, tụi tao lo. Lọt sàng xuống nia, chớ mất đi đâu mà lo.

- A, tao có mấy áo thổ cẩm xinh lắm, coi không. Tôi sực nhớ đến mấy cái áo em chưa mặc một lần.

- Mấy món đó nhường cho tụi bây ở đây. Tao ở Việt Nam, diện áo đó, thành sơn nữ ca mất. Quỳnh Lâm thỏ thẻ. Cái áo *guess* màu xanh của mày, tao mặc vừa y.

- Vậy thì thân ái tặng mày, để khi nào... *em đến với anh xin đừng quên chiếc áo xanh...*

Ba đứa miệt mài lựa quần, thử áo.

Đêm cuối cùng, đi nghe giáo sư Trần Văn Khê nói chuyện. Về đến nhà đã hơn nửa đêm. Dù không quá đau khổ như Đêm Cuối Cùng của Phạm Đình Chương, *không có lệ buồn rưng rưng, lời hát thương đau*, nhưng ba đứa cũng cảm thấy... *dù chậm thế nào, thì cũng sẽ xa nhau, mình cũng sẽ xa nhau*. Quỳnh Lâm đã sức tàn, hơi kiệt. Nisha và tôi bê cái máy *VCD* bỏ túi lên giường, hai đứa dí sát hai loa vào lỗ tai, ráng chống chỏi cho cặp mắt khỏi sụp xuống.

Còn mấy tiếng đồng hồ nữa là lên đường, Nisha tranh thủ trị mấy cái mắt cá lì lợm dưới bàn chân tôi. Nhờ Nisha mát tay, tôi thấy chân cẳng như được chắp cánh.

Nhìn đống hành trang của hai nàng, tôi chóng mặt. Quỳnh Lâm có sáu túi, hành lý gần một tạ. Xui cho hãng Lufthansa. Nếu ai cũng khuân như Quỳnh Lâm, máy bay làm sao cất cánh. Tôi ra vườn, đào cây ớt, gói ghém gọn gàng tặng Nisha. Cây trúc đi, cây ớt về. Thương nhau mới tặng ớt này, để làm kỷ niệm những ngày xa nhau. Nghe thông báo đường xa lộ ra phi trường bị kẹt xe, chúng tôi quyết định đi xe lửa. Trời vẫn mưa không dứt hột. Anh Lợi và Bê đi trước. Ba đứa tôi lúp xúp chạy theo. Ở trạm xe, trông đồ đạc lỉnh kỉnh giống như người Thổ Nhĩ Kỳ di dân qua Đức vào đầu thập niên 70. Như đã đoán trước, Quỳnh Lâm bị quá tải, chỉ mang theo được có... 65 ký. Vì lằng nhằng vụ hành lý, Quỳnh Lâm là hành khách cuối bước lên phi cơ. Không kịp bịn rịn chia tay cho đúng bài bản. Anh Lợi, Nisha và tôi cũng vội vàng trở về nhà ga chính, để Nisha kịp đáp tàu đêm về lại Paris. Anh Lợi phải vác thùng hành lý của Quỳnh Lâm bị Lufthansa "xù". Đến nhà ga, còn 10 phút nữa tàu chạy, hú hồn. Đưa Nisha lên tàu, cùng toa với Nisha có một bà cụ trông dễ mến. Vậy là yên tâm. Anh Lợi, vác thùng hàng trên vai, tôi cầm cây dù. Sợ trễ giờ, vắt giò lên cổ mà chạy. Lại cũng không kịp *cầm tay mà thấy trăm ngàn biệt ly*.

Gần một tuần lễ trôi qua, vẫn còn nhiều mục chúng tôi chưa thực hiện được. Nisha không đủ thì giờ để kiểm duyệt "dâm thư" trong tủ sách của tôi, như đã dọa dẫm trước khi qua. Và cũng chưa nghe hết và thâu hết những băng nhạc do anh- Tuấn- Ngọc- của-chúng-mình (nguyên văn của Nisha) hát. Nisha còn định hộ tống tôi, cưỡi ngựa sắt đi nhặt lá vàng ở công viên. Khóa dạy dạ vũ cấp tốc tôi hứa với hai nàng đành dời lại cho kỳ gặp tới. Tôi chưa kịp khoe Quỳnh Lâm mớ thư cũ Quỳnh Lâm viết cho tôi ngày xưa, có thư Quỳnh Lâm "ghen" với Lệ Hiền, vì tôi đã bật mí chuyện tình bé nhỏ của tôi cho Lệ Hiền trước Quỳnh Lâm. Mấy tập thơ Bá Nha chép tay chờ bao ngày, khi hai Tử Kỳ đến lại không có thì giờ trình làng. Quỳnh Lâm vẫn chưa thấy làng Thế Vận Hội, dù sự bất quá tam. Quỳnh Lâm đã qua Đức vào mùa đông, mùa hè và mùa thu. Lần tới, Quỳnh Lâm hỉ, mi qua đây vào mùa xuân, là đủ bộ bốn mùa. Nhất định sẽ dẫn mi đến làng Thế Vận Hội.

Quỳnh Lâm ơi, Nisha ơi, tụi mình, đúng là... mã tầm mã, ngưu tầm ngưu. Ba đứa có những cái cười rất chi là... vô duyên, vô nợ. Một đứa mới có hả miệng nói nửa chữ, thì hai đứa kia đã đáp trúng đài, rồi vừa nói, vừa rú lên những tràng cười vô cùng... ghê rợn.

Nói cho cùng, ba đứa rất thuận duyên mới có được những ngày qua. Đâu bao giờ mình tưởng tượng là có ngày tụi mình gặp nhau ở xứ người. Dù tuổi đời mênh mông, tụi mình đã nghe lại được tiếng cười trẻ dại của nhau. Tụi mình đã hòa giọng trong bài ca hạnh ngộ rất đẹp. Sáu ngày qua tụi mình chỉ có hỉ và ái, chứ không có nộ và ố. Quỳnh Lâm ơi, Nisha ơi, trong cuộc đời quá đỗi mong manh, mình tìm lại được nhau, những khoảnh khắc hạnh phúc quý giá sẽ theo mình, mãi hoài nghe.

Tháng 11.2002

Phần ghi chú:

* Trích trong Ngón Tay Hoa của thi sĩ Trụ Vũ.

Trích lời ca trong các nhạc phẩm:

Bài Ca Hạnh Ngộ của nhạc sĩ Lê Uyên Phương

https://www.youtube.com/watch?v=S7WmF2mD70E

Có Những Niềm Riêng của nhạc sĩ Lê Tín Hương

https://www.nhaccuatui.com/bai-hat/co-nhung-niem-rieng-tuan-ngoc.zUI6DW8B6G.html

Không Còn Mùa Thu của nhạc sĩ Việt Anh

https://www.nhaccuatui.com/bai-hat/khong-con-mua-thu-viet-anh-quang-tuan.6XQXfz6pBN.html

Mai Tôi Đi thơ Nguyên Sa, nhạc Anh Bằng

https://www.nhaccuatui.com/bai-hat/mai-toi-di-anh-bang-nguyen-sa-nguyen-khang-ft-diem-lien.Xc8zBLr_Iz.html

Tà Áo Xanh của nhạc sĩ Đoàn Chuẩn - Từ Linh

https://www.youtube.com/watch?v=GFLLMcH8LU8

CHÓ, CHUỘT, CHIM, CÁ

Chó

Nghỉ lễ mùa thu, gia đình Bê lên miền bắc Đức chơi với gia đình Bờm. Chiều chiều, Bê, Bờm dẫn Daisy đi dạo. Daisy là con chó nhỏ thuộc giống yorkshire terrier, lông màu vàng ngà ngà. Daisy ban đầu là "con cháu" của nhà cô Bé, chị cô Hoà ở tầng dưới. Daisy ưa chạy lên tầng trên chơi với Bờm. Cô Hòa, cậu Lam tiếp đón Daisy rất nồng hậu. Dần dà, Daisy từ vai khách trở thành một thành viên mới của gia đình Bờm, "thường trú" luôn trong nhà Bờm. Lâu lâu tạt qua nhà cũ, nhà cô Bé, gặp Xụt, Daisy sủa vu vơ vài tiếng, rồi leo nhanh mấy bậc cầu thang lên nhà Bờm. Daisy có tên và nhan sắc của con chó thường xuất hiện chung với một nhà thiết kế thời trang ở Đức, ông Moshamer. Bờm ưa giả đò làm Moshamer, ôm Daisy vào lòng, vuốt vuốt tóc tai Daisy rồi ồ ề, "Ach, Du bist so suess" (Ô, em dễ thương quá!). Cậu Duẩn nghe ba chớp, ba nhoáng, đang cái tên Daisy sang trọng vậy, cậu lại gọi là con Đen- Xì, mặc dầu lông Daisy chẳng có tí tẹo nào màu đen cả.

Mới đi chút xíu, Bê, Bờm lại về. Mẹ Bê hỏi:

- Sao tụi con không đi dạo thêm chút xíu nữa?

- Tụi con muốn đi mà Daisy quay đầu chạy về đó. Bê trả lời.

Bờm nói tiếp theo:

- Hồi trước Daisy siêng hơn bây giờ. Nó đi dạo với Ba con cả tiếng đồng hồ. Mà chừ nó làm biếng quá.

Mẹ Bê thắc mắc:

- Chắc Bê với Bờm ham nói chuyện với nhau. Bỏ lơ Daisy, nên Daisy hờn, đòi về chớ gì.

Bờm trấn an:

- Chút nữa Me con về, Me con khám bệnh cho Daisy. Coi thử nó có bệnh không, mà lừ đừ như vậy.

Bê và Bờm để cho Daisy yên. Daisy nằm ngủ mơ màng ngoài hành lang. Hai đứa vô trong phòng computer chơi đua xe. Mấy ngày ở chơi với Bờm, vui, mà qua mau quá trời. Hôm đưa Bê ra phi trường, Bờm rủ Daisy đi theo, Me Bờm nói:

- Để em Daisy ở nhà. Chắc nó không được khoẻ, nên uể oải.

Bê về München được mấy ngày. Buổi tối, cậu Lam gọi

điện thoại, nói chuyện với Mẹ. Gác điện thoại, Mẹ vội vàng:

- Bê ơi, cậu Lam kể, Daisy mới đẻ mấy em bé.

- Cậu Lam giỡn chơi phải không?

- Không! Thiệt đó.

- Đâu có được. Mới bữa trước, con với Bờm dắt Daisy đi chơi. Tụi con bắt nó chạy, leo cầu thang te tua.

Mẹ nghiêm mặt:

- Thiệt mà. Cậu Lam hỏi mình có thích không, cậu cho mình một con chó con.

Bê vui vui:

- Con cũng thích Daisy. Nếu có một em bé của Daisy chắc vui lắm.

Nhưng Ba lắc đầu nguầy nguậy:

- Không được. Nhà mình đâu còn chỗ cho con chó.

Mẹ gật đầu:

- Ừ, Mẹ thấy cũng khó. Cả ngày Ba Mẹ đi làm, Bê đi học, con chó ở nhà làm gì. Để Mẹ nói cho cậu Lam biết nghe.

Nghe đâu mấy em bé của Daisy đắt hàng lắm. Vài tuần sau, bầy chó con đã tìm ra được nơi ăn chốn ở mới. Chỉ còn mình Daisy ở lại nhà Bờm thôi. Đề tài nuôi chó trong nhà Bê nhanh chóng chấm dứt. Nhưng Mẹ và Bê vẫn thích nuôi thú trong nhà.

Chuột

Ô Mai long trọng báo tin:

- Anh Bê ơi, Ô Mai đã được giấy phép nuôi Haustiere (thú trong nhà) của Bố Mẹ rồi.

Bê vui lắm, trông mau mau về thăm ông bà Ngoại, để Ô Mai "ra mắt" hai em Hamster của Ô Mai.

Ô Mai giới thiệu:

- Con tí đen là Zorro. Thấy tướng nó ngầu chưa. Con tí nâu là Ruffy.

Zorro lí lắc, nhanh nhẹn hơn Ruffy nhiều. Zorro leo song sắt của chuồng thoăn thoắt như khỉ. Zorro chơi quay vòng bánh xe, đôi khi cả tiếng đồng hồ. Ô Mai nhẩm tính:

- Nếu Zorro to như anh Bê, nó phải chạy bộ cả vài trăm cây số một ngày. Ghê chưa!

Ruffy coi ra có vẻ yểu điệu giống con gái. Nhưng ông bán hàng bảo đảm với Bố Mẹ Ô Mai, đó là hai thằng Hamster đực rựa. Bố Ô Mai đã hỏi đi, hỏi lại mấy lần cho chắc ăn. Mẹ Ô Mai nhất định chỉ cho "đăng ký hộ khẩu" hai miệng ăn thôi. Vậy là nể nang lắm rồi, Ô Mai phải năn nỉ, ỉ ôi quá trời.

Chuyện Ô Mai nuôi Hamster ban đầu chỉ rộn ràng giữa mấy anh em dì cậu của Ô Mai. Nhưng thành "chuyện lớn", khi dì Hiền báo tin đã lên chức... bà ngoại. Em Zorro của Ô Mai vừa sinh một bầy em bé. Bê không thể nào tin được:

- Chắc dì Hiền nói giỡn để chọc Mẹ đó. Zorro và Ruffy là hai đứa con trai mà.

- Hồi đầu Mẹ cũng nghĩ như con. Nhưng dì Hiền nói thiệt đó.

Bê gọi cho Ô Mai, Ô Mai xác nhận:

- Zorro đẻ 7 con Hamster em bé lận đó anh Bê.

Ô Mai gọi điện thoại tứ tung báo tin vui. Bạn bè, đứa nào cũng o bế Ô Mai. Rộn ràng chờ cho mấy em bé biết mở mắt, sẽ xin về nhà. Ô Mai ra giá, mỗi con tương đương với một hộp đồ ăn cho Hamster, để Ô Mai tẩm bổ cho bà mẹ trẻ Zorro. Zorro phải có đủ sữa cho bầy em bé chứ.

Ô Mai vẫn lên mạng trao đổi thông tin với Bê, tường thuật những sự việc quanh mái nhà Hamster. Ô Mai kể, hôm qua biến đâu mất chỉ còn 6 con. Hôm nay, chỉ còn 5 con. Ban đầu, Ô Mai nghi cho Ruffy. Sau đó, Ô Mai "nghiên cứu", tạo hoá cũng sắp xếp cho giống chuột này. Nếu con nào yếu ớt, không sống nổi, sẽ bị những con khỏe mạnh ăn thịt, là một cách để tự vệ. Bởi vì, nếu không ăn thịt con yếu, nó chết, sẽ ra sinh những vi trùng, gây bệnh dịch cho chúng. Đợt đầu, chẳng con nào sống sót. Ô Mai buồn hiu.

Một tháng sau, dì Hiền thấy Zorro không chạy bánh xe như thường lệ. Chuồng Hamster im ắng. Dì Hiền cúi xuống nhìn gần vào ổ rơm, thấy Zorro đang nằm với bầy chuột con. Lần này, Ô Mai dè dặt hơn, chỉ rỉ tai trong vòng thân mật như anh Bê, Bờm. Bê xin Ba Mẹ tiền đi Tierparadies, chợ bán thú nuôi trong nhà và các nhu yếu phẩm cho thú, tìm mua món quà "thôi nôi" cho mấy em bé của Zorro. Bê thật hài lòng với món quà. Đó một cái bình nước uống, loại to, đủ cho gia đình đông con của Zorro. Mùa hè, Ô Mai "dắt" Zorro, Ruffy và hai con em bé lên nhà cậu Lam chơi, ở tận

Wedel, miền bắc Đức. Bê bắt đầu có cảm tình nhiều với mấy con tí. Bê kể với Mẹ, bây giờ Bê thân với Ô Mai lắm. Bởi, Ô Mai và Bê có nhiều đề tài chung để nói. Nhất là về gia đình Zorro & Ruffy.

Sau nhiều lần bàn bạc, tính toán với Ô Mai, Bê hỏi ý Mẹ, cho Bê xin hai con Hamster về nuôi. Ban đầu, Mẹ hơi do dự, khi thấy Ô Mai bận rộn lăng xăng với mấy con tí. Bê nói, Bê sẽ lo hết cho Hamster. Ba Mẹ không phải lo gì hết. Bê nói thêm, Bê có tìm hiểu rồi. Tuổi thọ của Hamster độ khoảng hai năm. Lúc đó, Bê cũng vừa xong trung học, Bê sẽ có nhiều sinh hoạt khác. Cuối cùng, Mẹ gật đầu, nhưng nói, còn phải có ý kiến của Ba nữa.

Ba nói:

- Nhà mình không còn chỗ, mà sợ chuột hôi.

Bê tìm cách thuyết phục Ba:

- Ba ơi, lần tới khi về nhà ông bà Ngoại, Ba thử đến gần chuồng chuột. Sạch trơn hà.

Bê chờ Ô mai vừa thay xong mạt cưa trong chuồng, tổng vệ sinh nhà chuột, Bê dẫn Ba "tham quan" nhà. Bê lấy lòng Ba:

- Ba thấy không, đâu có mùi gì đâu. Ba coi kìa, mấy con chuột chạy lui, chạy tới coi vui lắm.

Bê bế con chuột con lên:

- Ba coi, nó dễ thương chưa. Lông nó mịn quá trời.

Cuối cùng Ba đồng ý, dầu hơi miễn cưỡng một tí. Hai mẹ con bận rộn với hai con chuột. Thật ra, Bê bận hơn

Mẹ nhiều. Bê lo đi chợ mua chuồng, mua mạt cưa bỏ vào chuồng, mua các loại hạt đậu thực phẩm cho chuột. Bê còn bấm bụng mua cái bánh xe cho chuột chạy. Bê lựa loại sang, bằng kim loại. Bê hì hục cả buổi, dùng mấy ống lõi của cuộn giấy bếp, "chế tạo" mấy cầu tuột cho hai con chuột. Bê nhường cho Mẹ đặt tên cho hai con chuột. Mẹ nói:

- Con này lông trắng tinh, mình gọi nó là Bông. Con này lông nâu xám là Nâu.

Hai mẹ con tập cho con Bông, con Nâu ăn nhiều món Việt. Hai đứa rất thích ăn cọng bún. Mỗi lần con Bông con Nâu dành nhau cọng bún, hai mẹ con vừa quan sát, vừa cười ngặt nghẽo. Hai đứa nhào vào bánh xe, cố sức quay vòng bánh, ngược chiều nhau. Khi chụp được cọng bún, hai đứa vội vàng nuốt trộng, trông tức cười quá chừng. Mẹ có ít hột dưa, từ hồi tết, ăn không vừa miệng, Mẹ thử đem ra mời. Nâu và Bông thích mê tơi. Bê cho hai đứa vô chạy trong thùng styrofoamlớn, thảy ít hột dưa vào. Nâu và Bông như hai cái máy hút, chạy qua là mất tiêu mấy hột dưa.

Buổi tối, Mẹ thấy con Bông cứ ngậm vòi nước, Mẹ cười:

- Con Bông ham uống nước dữ.

Lát sau Mẹ nhìn vô chuồng:

- Ủa, Bông vẫn còn ngậm cứng vòi nước.

Mẹ nhìn kỹ mới phát giác ra bình nước hết trơn. Bê lật đật chạy đi thay nước. Nhìn con Bông mừng rỡ uống nước chép chép, Bê vuốt nhè nhẹ lưng Bông:

- Xin lỗi, xin lỗi nghe. Anh Bê kỳ quá, để hết nước, bắt Bông phải khát nước quá trời.

Buổi trưa Bê gọi điện thoại Mẹ, giọng lo lắng:

- Hôm nay, trước khi đi làm Ba Mẹ mở cửa lâu không?

- Mẹ không mở. Mẹ nghĩ Ba cũng không mở. Có chi không Bê?

- Con Nâu nó chạy ra khỏi chuồng. Chắc nó đi đâu mất rồi. Con tìm khắp nhà cả buổi mà không thấy nó đâu cả.

Mẹ trấn an Bê:

- Con tìm sau mấy cái loa, hoặc máy hát. Ở đó ấm, nó thích trốn vào đó.

- Chỗ nào con cũng đã tìm mà vẫn không thấy. Giọng Bê như muốn bắt đền Ba Mẹ.

- Con thử coi nó có để dấu vết đâu không.

Bê vừa cầm điện thoại vừa đi khắp nhà. Chợt Bê reo lên, mừng rỡ:

- Hên quá, con thấy trong phòng tắm có mấy cục đen đen. Chắc nó đâu đây. Con cúp điện thoại để đi tìm nó.

- Ừ, hồi nào tìm ra nhớ nói cho Mẹ mừng.

Mẹ ngồi làm việc mà vẫn cứ lo ra. Không biết Bê có tìm được con chuột không. Mẹ cứ chăm chăm nhìn điện thoại.

Bê gọi đến:

- Mẹ, con tìm được con Nâu rồi. Mà nó chết rồi.

Mẹ giật mình:

- Thôi, đừng có nói bậy.

- Con nói giỡn chơi một chút con tìm được nó rồi.

- Bê làm Mẹ hết cả hồn.

Tiếng Mẹ như còn run run. Bê tội Mẹ quá:

- Con xin lỗi Mẹ. Lần sau con không giỡn như vậy nữa đâu.

Khi chơi với Bông, Nâu, Mẹ nhận xét:

- Con Bông siêng hoạt động, hay ăn, hay uống. Con Nâu tầm ngầm vậy chớ lanh lắm.

Nâu ít lắt xắt chạy bánh xe như Bông, nhưng xem ra hay nghịch ngầm. Nâu ưa leo trèo vào ban đêm. Có sáng sớm, Mẹ dậy chuẩn bị đi làm, bật đèn, thấy cục lông nâu nâu chạy lăng quăng. Mẹ tức cười, lượm con Nâu bỏ vào chuồng. Hôm sau, cho chắc ăn, Mẹ bỏ chuồng chuột trong một thùng styrofoam lớn hơn. Nâu leo thoăn thoắt như khỉ, nhảy ra khỏi chuồng, rồi leo tiếp trên thành thùng thẳng đứng, và nhảy ra ngoài như stuntman. Có lần, Nâu chạy trốn dưới máy giặt, Bê dùng đèn pin soi rọi một hồi, chèo kéo cách gì Nâu vẫn không chịu ra. Tới giờ Bê phải đi học. Ba Mẹ cùng nhau tìm cách dẫn Nâu về nhà. Ba Mẹ đem ra nào là hột dưa, đậu phụng, hột bí. Lục đục cả buổi, mới dụ Nâu đủng đỉnh bò ra. Hôm đó Ba Mẹ phải đi làm trễ cả tiếng đồng hồ. Bông vậy mà ngoan. Chưa đi chơi rông bao giờ. Mỗi khi cho ăn, Bông vội vàng leo lên bánh xe quay lòng vòng. Có lúc Nâu cùng quay, hai đứa quay ngược chiều nhau, nên bánh xe đứng yên một chỗ. Hai đứa quýnh quíu, chân cẳng đạp loạn cả lên. Nhiều khi Bông xớn xác, Bê hoặc Mẹ đút cho ăn còn cắn trúng tay, làm hai Mẹ con phải lấy thuốc cạo râu sát trùng chỗ vết cắn.

Chiều thứ bảy, trời trở gió. Phòng ăn mở hé cửa nên mát lạnh. Có lẽ Bông bị cảm, vì Bông ưa chạy bánh xe ở ngoài phòng. Nâu suốt ngày lười biếng, chui vào phòng ngủ gà, ngủ gật, cho nên không hề hấn gì. Buổi tối Mẹ đem cơm để vào máng thức ăn. Chỉ có Nâu mừng rỡ chụp vội những hạt cơm. Bông nằm yên, nhắm nghiền mắt. Mẹ đưa hột cơm đến gần, nhử nhử Bông. Bông như không thấy. Sang đến chủ nhật, Bông nằm vùi giữa ụ rơm. Bê bế Bông, nói Mẹ đưa nước cho Bông uống. Bê xé giấy mềm, làm nệm cho Bông nằm. Bê bưng chuồng để gần lò sưởi cho ấm. Buổi sáng thứ hai, Bê dậy sớm. Chạy ngay đến chuồng, bế Bông lên lòng bàn tay. Bông nhắm tịt mắt, thở thoi thóp, mới hai bữa không ăn, Bông ốm trơ xương. Bê vuốt nhè nhẹ lưng Bông:

- Bông ráng ăn uống một chút, rồi Bông khoẻ lại nhe.

Mẹ lo lắng:

- Con chuẩn bị đi học nghe. Để cho nó nghỉ. Mà sao thấy nó yếu quá, Mẹ sợ nó không qua nổi.

Bê bất bình:

- Mẹ đừng nói tào lao. Nó sẽ hết bịnh.

Mẹ đóng cả cửa sổ cho khỏi gió luồn. Mẹ đi làm mà cứ lo lo. Mẹ kể cho đồng nghiệp nghe chuyện con Bông. Cô đồng nghiệp bảo Mẹ đưa con Bông đi bác sĩ thú y. Trưa, khoảng giờ Bê về đến nhà sau khi tan học, Mẹ gọi điện thoại nhiều lần. Không ai trả lời. Mẹ gọi vào điện thoại di động của Bê. Cũng không ai trả lời. Mẹ tiếp tục gọi về nhà. Cuối cùng Bê nhấc máy. Mẹ cảm thấy có điều bất ổn trong giọng nói của Bê:

- Bê hôm nay về trễ hả con?

- Con về bình thường.

- Con ăn cơm chưa?

- Con không muốn ăn cơm. Giọng Bê ướt rượt như đang khóc.

- Con phải ăn một chút, không thôi đói bụng. Mẹ ngập ngừng- Con Bông nó ra sao rồi?

- Nó, nó chết rồi. Bê khóc nấc lên, rồi cúp máy.

Sau đó, Mẹ gọi nhiều lần Bê chẳng nhấc máy. Mẹ lo quá, vội vàng gọi cho Ba. Nói Ba về sớm với Bê. Mẹ ngồi trong hãng, nóng ruột quá trời.

Buổi tối, Bê nguôi ngoai bớt. Mẹ vô nói chuyện với Bê. Mẹ tránh không nhắc đến con Bông. Vậy mà Bê vẫn nhắc đến, rồi khóc nức nở. Mẹ ngồi với Bê một hồi. Bê nói, để Bê cho Nâu ăn một chút. Khi Bê ngồi trong phòng khách, chuồng chuột để trong lòng. Bê lại khóc thút thít:

- Mấy bữa trước hai con chuột chơi với nhau dễ thương quá trời. Bây giờ chỉ còn mình con Nâu.

Nhiều ngày, Mẹ không dám nhắc đến con Bông. Thỉnh thoảng khi chơi với con Nâu, Mẹ gọi nhầm tên Bông. Gọi xong Mẹ lo lắng nhìn Bê, sợ khơi lại vết thương lòng của Bê. Dần dà, Bê cũng nguôi ngoai. Bê bàn với Mẹ, mình xin Ô Mai thêm một con. Bê gọi xuống Ô Mai, chưa kịp hỏi, thì được biết Ô Mai đã tặng hết bầy hamster con đi rồi. Bê đành chịu, nhưng vẫn không lơ là con Nâu. Một hôm, hai mẹ con đang chơi với con Nâu, Bê ngập ngừng:

- Mẹ, Mẹ có nghĩ, là mình tìm cho con Nâu một đứa bạn không Mẹ.

Mẹ đồng ý ngay. Bê nhắc có thấy một cửa tiệm gần chợ Real. Đến đó thấy cửa hiệu quảng cáo hấp dẫn Zoo Discount, Alles für Tiere fast geschenkt (Sở thú bình dân. Tất cả món hàng trong cửa tiệm rẻ như cho). Tiệm có nhiều loại thú nhỏ như chuột bạch, chuột núi, thỏ lùn... Nưng chỉ có mỗi một con Hamster. Trông con Hamster cũng dễ thương, chạy lăng xăng trong chuồng. Bê thấy là "chịu" liền. Cô bán hàng rất thành thật:

- Tôi không biết chắc con này là đực hay cái. Nếu trai gái gặp nhau, ít có vấn đề. Chứ hai tên đực rựa gặp nhau, là xông vào nhau ẩu đả ngay.

Bê gật gù:

- Mình phải chấp nhận may rủi thôi Mẹ

Về đến nhà, vừa mới nhứ nhứ con lính mới, Nâu phóng tới. Lính mới xù lông kêu khịt khịt. Bê hết hồn, bèn tách hai con ra. Trước mắt, Bê phải xây hai nhà riêng cho hai con chuột. Tiếp theo đến màn đặt tên. Mẹ đề nghị tên Tơ, vì nó có bộ lông mịn màng. Bê nói, sao nghe chữ tơ, Bê cứ nghĩ đến tông-đơ hớt tóc. Rồi lại nghĩ đến mấy cọng tóc chỉa của Bê. Bê nói tên Tơ cũng đường được thôi, chứ Bê chưa hài lòng. Lính mới tạm thời tên Tơ mấy ngày. Một bữa, Mẹ nghĩ ra tên Chít, khi nghe Tơ chít chít, gầm gừ với con Nâu....

Bê bỏ hai con chuột vào thùng styrofoam lớn, dùng tấm kiếng ngăn đôi. Vậy mà, xuyên qua tấm kiếng, hai con vẫn cứ hục hặc nhau. Đêm đầu, Mẹ đang ngủ, choàng tỉnh, vì nghe tiếng chít chít. Mẹ chạy ra, thấy con Chít đã leo qua tường kiếng, bất hợp pháp xâm nhập gia cư của Nâu. Nâu mặt mày sừng sỏ, coi bộ bực bội lắm. Sợ có ẩu đả, Mẹ túm cổ Chít, trả về "nguyên quán". Đêm nào, Chít cũng "vượt biên". Mẹ đành để mặc. Hai đứa xem ra đã bớt kèn cựa nhau. Một sáng, Mẹ thấy Nâu và Chít nằm rù rì trong nhà của Nâu. Mẹ mừng rỡ, kêu Bê ơi ới. Hai Mẹ con chăm chú quan sát, rộn ràng bàn chuyện. Nâu coi bộ hơi lấn lướt Chít. Người Nâu mập tròn, nằm ngoài, chắn gần hết cửa. Mẹ đưa đồ ăn dụ Chít. Chít mới mon men ra, bị Nâu cự, sợ quá, chui lại vô nhà...

Sáng chủ nhật, Bê hay nướng đến trưa. Vậy mà thức dậy, mắt nhắm, mắt mở, Bê đã chạy ra ngắm hai con Hamster:

- Mẹ ơi, coi nè. Hai con chuột làm bạn với nhau rồi. Hai đứa đang nằm trong nhà kuscheln kìa.

Mẹ đoán non, đoán già, con Nâu chắc là một tí cô nương. Mấy lâu nay, tí cô nương đã quen độc thân vui tính. Cho nên đâm ra khó chịu, khi tí đực rựa xuất hiện, xáo trộn đời sống riêng. Vậy mà, lâu ngày, đâm ra rủ lòng thương thằng nhóc lóc chóc này. Xem ra ngó bộ giống Tiểu Long Nữ và Dương Quá. Bê dẹp bức tường kính. Nâu Chít bây giờ vui vẻ với nhau rồi. Mẹ chê Chít giống nông dân, không dám ăn món lạ. Mẹ cho nó cơm, bún, là những món khoái khẩu của con Nâu, Chít hửi hửi rồi bỏ đi, không dám thử. Mẹ nhận xét:

- Con Nâu ù quá rồi. Tròn quay hà.

Hôm mồng một tết nguyên đán, ngày đầu năm, nhà Bê um sùm vì con Nâu. Tối giao thừa, Ba Mẹ Bê thức khuya, khai bút đầu xuân. Hôm sau mồng một, khỏi phải dậy sớm.

Bê thức dậy hơi trễ, trước khi đi đánh răng, Bê ưa đi ngang chuồng hamster, chọc ghẹo hai con tí một chút. Chỉ thấy con Chít nhẩn nha chạy bánh xe. Bê cúi vô nhìn trong phòng, trống trơn. Rồi, con Nâu lại chạy đi đâu rồi. Chắc lại trốn dưới mấy hộc tủ chớ gì. Bê nghĩ, ăn sáng xong rồi mình đi tìm nó. Bê tìm có hệ thống. Bê biết tỏng những chỗ con Nâu ưa núp. Bê tìm cả nhà, kỹ càng từng góc không thấy tăm hơi của Nâu. Cửa nẻo mình đóng kỹ càng, nó đâu có ra khỏi nhà được. Bê bắt đầu lo lắng. Bê dắt con Chít đứng trước mấy kẹt tủ. Hy vọng, con Chít sẽ dùng "lời ăn tiếng nói", khuyên nhủ con Nâu rời bỏ chỗ ẩn nấp. Tới chiều tối, vẫn chưa tìm ra con Nâu. Bê tội nghiệp nó quá. Chắc nó đói và khát lắm. Con Chít coi bộ vắng con Nâu cũng buồn buồn. Tự nhiên Ba nghe có tiếng động khe khẽ trong cái subwoofer. Ba nói với Bê. Hai cha con bưng subwoofer lên lắc lắc. Chắc là con Nâu trong đó rồi. Ba rọi đèn pin vào cái lỗ, thấy con Nâu đang sợ hãi co rúm người. Ba và Bê hì hục tìm cách mở cái subwoofer. Cuối cùng mở nắp được, Bê

(Mẹ, Bê và con Nâu 2006)

mừng quá trời, lật đật ẵm con Nâu, đem vô nhà nó. Con Nâu rúc vào bình nước uống ực ực. Bê nói tội nghiệp nó. Cả ngày nay, chắc nó điếc tai, vì Ba mở nhạc Thúy Nga, Asia.

Bê phải nhắc nhỏ:

- Nghe chưa Nâu. Phải bớt ăn, cho ốm bớt nghe.

Bê thấy mình bận rộn ghê. Lo đồ ăn, thay rơm nhà cho Nâu, Chít.

Sinh nhật Bê, Ô Mai tặng cho Nâu, Chít một hộp đồ ăn loại cao lương mỹ vị, dành cho dân sành ăn. Mỗi lần đi chơi cuối tuần, Bê chuẩn bị hành trang lễ mễ cho Nâu, Chít. Mùa hè còn dễ sắp xếp. Mùa đông lạnh cóng, Bê phải xin Mẹ cái khăn to, bọc kín cái chuồng của hai đứa. Lên lớp 12, Bê bận rộn với bài vở, nên không còn nhiều thì giờ chơi với Nâu Chít. Con Ruffy và Zorro của Ô Mai không còn nữa. Cái "biệt thự" hai tầng của Hamster đã đem cho người khác. Ô Mai sắm con ếch nho nhỏ thả gần hồ cá ngoài sân.

Một cuối tuần, Ba Mẹ Bê về nhà sau mấy ngày đi vắng. Hai con chuột nằm chết trong chuồng. Bê cũng buồn, nhưng không khóc lóc như lần trước. Vả lại, hồi đó Bê cũng đã "thỏa thuận" với Mẹ, chỉ nuôi chuột cho đến khi xong trung học mà thôi. Bây giờ Bê đang túi bụi học hành chuẩn bị thi cử, để trở thành cậu tú như lời Mẹ nói nữa chứ.

Chim

Lần Mẹ sang thăm cô Nisha ở Pháp, Mẹ có dịp

"gặp" đôi chim hoàng yến nhà cô Nisha. Cô hoàng yến tên Mén, cậu hoàng yến tên Đực. Cô Nisha giới thiệu vậy, chứ trong mắt Mẹ, hai con chim màu sắc đẹp như nhau. Mặc dầu, Mẹ nghe nói, chim trống lông sặc sỡ đẹp hơn chim mái. Buổi sáng cô Nisha dậy sớm xuống nhà dưới. Mẹ còn ngủ nướng ở lầu trên. Đang chập chờn, Mẹ nghe tiếng cô Nisha chả chớt:

- Sê- ri, Sê-ri bữa nay khỏe không?

Mẹ tỉnh giấc, nhủ thầm, chà, chàng nàng nhà này tình tứ dữ ha! Ủa, mà nhớ là tối qua, chồng cô Nisha đã gởi lời chào, ảnh phải đi làm xa, nên rời nhà rất sớm. Hay là cô Nisha đang tập nói, để chiều tối về nói với chồng nghe cho ngọt ngào. Chỉ nghe cô Nisha độc thoại, không nghe ai trả lời gì cả. Lát sau, Mẹ lò dò đi xuống tầng dưới, bỗng nghe giọng cô Nisha ngọt xớt:

- Sê-ri uống nước trà nghe.

Mẹ đang bước, cảm động muốn hụt chân. Ngỡ là cô Nisha nghe tiếng Mẹ dậy, hỏi han Mẹ. Tới khi Mẹ vào phòng khách, Mẹ hỡi ôi. Cô Nisha đang chăm bẳm bên chuồng chim. Âu yếm săn sóc cô Mén, cậu Đực. Cô Nisha nói, cô cậu Mén Đực ăn uống sao đó, bị Tào Tháo rượt. Cô Nisha phải làm đốc-tờ, nấu trà thuốc, chữa bệnh cho cô cậu.

Mẹ kể, thiệt ra Mẹ đã có thời kỳ "sở hữu" con vật có cánh trong nhà. Số là hồi ở Sài Gòn, khoảng cuối thập niên 70, mấy dì mua một con gà con nuôi trong nhà. Dù là gà, nó giống như chó con. Các dì ưa nghịch giỡn với nó, rượt nó chạy lúp xúp trong nhà. Hoặc các dì đi trước, nó líu quíu chạy theo sau. Bình thường, con gà ngụ trong phòng tắm.

Nếu thích chơi với con gà, cứ vào phòng tắm "dắt" nó ra. Đôi khi, có người tắm, mà quên "thông báo" cho con gà tản cư. Con gà khép nép một góc, vẫn bị những ca nước ào ào tưới xuống. Kết quả là nó ướt như chuột lột. Những trưa nóng nực, Mẹ nằm ngủ trên sàn gạch hoa, cho con gà chíp chíp đi chơi loanh quanh. Cũng dễ thương. Có điều, cả nhà hồi đó thi nhau vọc con gà con, nó đẹt lét, lớn không nổi, nuôi mấy tháng mà nó vẫn bé tí tẹo như gà mới nở.

Mỗi khi lên chơi nhà cậu Duẩn, Mẹ thơ thẩn ra ban công, ngắm nghía mấy con se sẻ liến thoắng nhảy nhót, hoặc nghiêng đầu nghe mấy con chim hoàng yến hót líu lo. Mẹ cười thích thú, quan sát mấy con cút bé tí chạy lẹt đẹt trong chuồng. Mẹ nói, ban công nhà mình cũng lớn, có đủ chỗ đặt lồng chim. Nhưng chỉ ngại mùa đông ở miền nam nước Đức dài khủng khiếp, lạnh kinh hồn. Biết Mẹ thích, cậu Duẩn có ý tìm con chim ngồ ngộ tặng Mẹ. Không biết cậu Duẩn tìm đâu được con chim chào mào. Nhân khi về thăm ông bà ngoại, cậu Duẩn đem con chim chào mào gởi nuôi ở chuồng chim trong sân nhà ở Bad-Nauheim. Cậu dặn Mẹ, bây giờ đã vào thu. Mẹ chờ khi nào trời ấm, mới đem con chim về München. Nhưng con chim chào mào vẫn không qua được mùa đông ở miền trung Đức. Ô Mai báo tin, buổi sáng khi Ô Mai liếc sơ qua chuồng chim, coi đồ ăn còn đầy đủ không, thấy con chào mào đã nằm chết cóng tự hồi nào. Mẹ buồn buồn. Mấy cậu đề nghị, mua ít con chim nhựa nuôi cho chắc ăn. Vậy là giấc mộng nuôi chim ngoài ban- công đã tàn.

Khoảng giữa tháng ba 2006, trời bắt đầu bớt lạnh, một buổi sáng ra ban- công lấy chai nước, Mẹ khám phá có tổ chim trong rổ nhựa đựng các đồ nghề làm vườn. Trong tổ chim có hai cái trứng màu xanh. Mẹ mừng rỡ, rối rít kêu Ba, kêu Bê ra coi. Lúc đó, chim ba, chim mẹ đi ăn trở về. Cả nhà Bê lật đật rút vô nhà, vì sợ đôi chim không đồng ý có "người lạ" lảng vảng gần nhà của chim. Ba Mẹ quan sát đôi chim rồi thì thầm bàn tán. Chim này họ nhà sáo đó. Mẹ tự nhiên nhớ đến truyện Con Sáo Của Em Tôi của Duyên Anh. Mấy ngày sau đó, gia đình Bê không dám lại gần "nhà" chim. Mẹ chỉ lấp ló đứng ở phòng ăn quan sát đôi chim. Vừa thấy đôi chim bay đi kiếm ăn, Mẹ hối hả lấy máy hình ra, cấp tốc bấm lia lịa mấy tấm. Mẹ phát giác ra bây giờ tổ chim có 4 trứng lận. Mẹ hớn hở "tung" lên mạng mấy tấm hình của tổ chim. Dì Tâm, dì Thành bảo, chắc là điềm tốt, đất lành chim đậu. Tuần sau đó, Mẹ phải đi làm bên châu Phi. Mẹ gọi về thăm hai cha con, cũng hỏi thăm tình hình gia đình chim. Khi bầy chim con chiếp chiếp chờ chim ba, chim mẹ đem mồi về, trời đã vào xuân ấm áp. Gia đình Bê vẫn lấp ló quan sát. Góc ban-công coi như gia đình chim toàn quyền sử dụng. Mẹ ráng chụp mấy tấm hình, mà xa quá nên mờ câm không thấy gì cả. Buổi sáng, Mẹ trông ra ban-công, chỗ nhà của gia đình chim, trống trơn, im ru. Mẹ lại gần, tổ chim còn đó, sạch bóng. Trước khi dọn đi, chắc vợ chồng chim đã dọn dẹp đàng hoàng. Mẹ thấy buồn buồn, nói, cứ để tổ chim trống trơn ở đó. Biết đâu có cặp chim khác đến "thuê" ở tiếp, khỏi phải làm nhà. Chờ hoài, nhà chim vẫn ế nhệ.

Mới hồi đầu tháng 6, 2014, Ba đứng dọn dẹp ngoài ban-công, thấy đất vung vãi trên bệ cửa sổ cạnh bồn hoa. Ba nghĩ thầm, chắc là Mẹ, vun trồng cây cỏ, mà không chịu dọn dẹp. Ba quét đất, tính đổ lại vào bồn hoa. Bỗng nhiên Ba thấy dưới gốc cây hoa dã yên thảo có tổ chim, trong có

(Trứng sáo tháng ba 2006)

cái trứng bé tí. Chiều đó, Ba Mẹ hí hửng ngồi sau cửa kính, nhìn cái trứng trong tổ. Lần này không phải sáo, mà là se sẻ. Hai con chim nho nhỏ, lông màu nâu, ngực có vạt lông màu cam. Sau đó, mỗi ngày thêm một trứng. Bây giờ, chim mẹ nằm ấp, chứ không bỏ đi tìm mồi nữa. Lần này, vị trí "căn hộ" của đôi chim khá thuận lợi cho Ba Mẹ quan sát. Bồn hoa nằm trên bệ ngoài của cửa sổ phòng khách. Cho nên Ba Mẹ cứ việc đứng sau cửa kính, tha hồ quan sát gia đình chim. Khi bầy chim nở, Ba đếm được năm con chim, chen chúc trong cái tổ chật ních. Ba chắc lưỡi, vợ chồng chim này tính hơi trật rồi. Đông con, mà mướn cái "nhà" bé tí. Mẹ say sưa quan sát tổ ấm chim. Một chú chim con, miệng vừa há to chờ mồi, vừa phóng uế ở "cửa sau". Lập tức, chim mẹ thả mồi xuống cho bầy chim, phóng tới chụp ngay "đống rác" còn nóng hổi và bay đi vất rác xa xa. À, thì ra chim mẹ phải liên tục làm vệ sinh nhà cửa. Chứ không, chim con cứ ăn đâu, ị đó, tổ chim sẽ rất dơ bẩn, dễ gây bịnh cho tụi chim non.

Chiều cuối tuần, Mẹ định dọn dẹp nhà cửa tí tị, rồi ra ngắm tổ chim. Chợt nghe Ba kêu:

- Thôi rồi! Bầy chim bay đi mất tiêu.

Mẹ chạy lại bên cửa kính. Tổ chim trống trơn, sạch bóng. Thì lại chờ lần tới. Nhà ở München chắc là đất lành, thể nào ít bữa sẽ có chim đến đậu lại.

Ít năm nữa, khi Ba Mẹ nghỉ đi làm, dọn về Bad-Nauheim, Mẹ tha hồ vui với chim chóc. Mẹ đã nhắm nhé góc vườn Hoàng Gia Thảo Điền rồi. Sẽ có vài con chim hoàng oanh, hoàng yến hót líu lo. Buổi sáng sẽ có chú gà trống gáy ò ó o báo hiệu ngày mới. Tưởng tượng chừng đó, Mẹ trông cho mau mau về hưu, để về quê vui thú điền viên.

Cá

Cậu Duẩn tặng Mẹ cái hồ kính nuôi cá, cả nhà rân ran bàn tán. Mỗi người góp một ý, xem thử để hồ cá ở đâu. Mẹ công nhận, nhà mình nhỏ như cái lỗ mũi. Không được cái mũi lân của ông tài tử người tây Depardieu hay ông hề Đức Mike Krueger, mà là cái mũi tẹt, rất Việt Nam của Mẹ. Cậu Lam đề nghị treo trên trần nhà. Nhưng bất tiện, mỗi lần ngắm cá phải bắc thang leo lên. Cậu Thạch có sáng kiến, dùng hồ cá làm thùng nước toilette. Mấy cậu, mấy dì cười khặc khặc với hình ảnh tưởng tượng mấy con cá vàng uốn éo yểu điệu tung tăng trên toilette. Mẹ xụ mặt, ờ, nhà ta chật nhưng lòng ta rộng. Thể nào ta cũng tìm cho được chỗ để hồ cá. Mẹ đo đo đạc đạc. Nhà bếp và phòng khách là coi như không hy vọng chi. Để trong phòng ngủ lại càng không ổn. Cuối cùng, sau khi dời lui tới mấy chậu cây, Mẹ tìm được chỗ sát cửa trong phòng ăn. Hên quá, vừa sít, chỗ này lại không nắng, đỡ lo hồ bị rêu. Thiệt ra, Mẹ, Bê đã có kinh nghiệm nuôi cá lúc Bê còn ở mẫu giáo Bad- Nauheim. Mẹ, Bê lăng xăng trải sỏi, xếp đặt mấy cái vỏ sò hai mẹ con sưu tầm ở bãi biển những lần nghỉ hè. Hai mẹ con đạp xe ra bờ sông Isar, tìm lượm những hòn sỏi trắng, tròn trịa để trang trí hồ cá. Ban đầu, hồ xôn xao với bầy cá neon, bơi lượn lờ giữa mấy lùm cây coi thiệt dễ thương. Coi vậy, giống cá này yếu xìu. Hồ vắng dần. Mẹ chuyển qua cá bảy màu guppy. Nghe đâu cá này sinh sôi nảy nở nhanh lắm. Bầy cá bảy màu chẳng thấy nhiều thêm, mà ngược lại, càng ít đi, loe ngoe vài con. Ba ghẹo Mẹ và Bê:

- Chắc ăn nhứt là nuôi cá chép, cá rô. Cá chiên, ăn mắm gừng ngon "hết xẩy".

Mẹ Bê bàn nhau, "đầu tư" qua cá hồng kiếm, hắc kiếm. Mấy con cá này không yểu điệu, đẹp mắt bằng mấy loại kia. Nhưng được cái, tụi nó "lì đòn" và háu ăn. Thỉnh thoảng, Bê thảy cho tụi nó hột cơm, cọng bún, tụi nó phóng như bay, dành nhau ăn coi tức cười lắm.

Hai mẹ con không phải chờ lâu. Mấy con cá kiếm đẻ con. Mẹ sắm liền cái lồng "hộ sinh". Thấy con cá nào bụng tròn tròn, Mẹ vớt bỏ vào lồng. Lồng lưới có hai tầng, tầng trên cá mẹ ở, khi cá con ra đời, tụi nó rớt xuống tầng dưới. Tụi cá con phải ở riêng trong lồng lưới một thời gian. Hơi lớn lớn mới được ra bơi chung hồ. Chớ không, cá con ra sớm, còn li ti như mấy hột gạo, nhiều khi bị mấy con cá lớn đớp mất tiêu.

Hôm sinh nhật Ba, Mẹ và Bê ra tiệm cá, mua một cái

lâu đài, từa tựa như lâu đài Neuschwanstein, rất nguy ngay tráng lệ, loại để trang trí hồ cá, tặng Ba. Ba đặt lâu đài vào hồ. Ba Mẹ Bê cùng ngắm mấy con cá rượt nhau qua cổng vòm của lâu đài, thiệt là vui!

Mấy con cá đâu có ngu. Tụi nó vừa nghe Bê lịch kịch ở ngăn tủ dưới hồ, là bu lại một nùi, chờ ăn. Có khi Mẹ cho tụi nó ăn rồi, Bê không biết, phát thêm đồ ăn, tụi nó vẫn xúm xít dành nhau đớp mồi. Thời kỳ Mẹ làm xa nhà, mỗi lần trước chuyến đi, Mẹ lên lịch thức ăn cho Ba và Bê, mà quên bẵng bầy cá. Phần Bê cũng bận rộn với nhóm bạn chơi bóng rổ, nhóm bạn chơi thẻ Digimon. Cho nên, bầy cá có khi ăn no phình bụng bơi không nổi. Cũng có lúc đói rã ruột, phải uống... nước trừ cơm. Hồ cá ngày càng xìu, lèo tèo hai ba con cá kiếm. Mẹ và Bê cũng lười thay nước hồ. Đáy hồ lợn cợn phân cá. Mấy hòn sỏi tuyển lựa từ sông Isar về không còn màu sắc tươi tắn mà hơi xỉn xỉn.

Cô bạn của Mẹ có hồ cá. Tự nhiên, ông thầy bói nào đó nói, cổ không nên nuôi cá. Vì số cổ là mạng hỏa, không hợp với nước, phải dẹp hồ cá đi. Hồ cá dẹp thì được. Nhưng mấy con cá vất bậy bạ, cô sợ mang tội. Vậy là cô năn nỉ Mẹ, đem vài con cá của cổ về nuôi giúp. Mấy con cá màu đen xám, xấu hoắc, giống mấy con cá rô, tướng tá hung dữ. Mẹ vừa cho tụi nó vô hồ, tụi nó rượt mấy con cá kiếm chạy có cờ. Ngày hôm sau, hồ chẳng còn con cá kiếm nào nữa. Mẹ sùng quá, bắt mấy con cá dữ nhịn đói. Lâu lâu Mẹ kêu Ba í ới. Nhờ Ba vớt giúp con cá vừa nổi phình lên mặt nước. Sau vài tuần, hồ bây giờ không gọi là hồ cá, mà chỉ là hồ nước.

Kể từ khi Bê đi học xa, Mẹ không còn "chăn nuôi" gì ở

München nữa.

Hai năm nay, từ khi có Hoàng Gia Thảo Điền, mỗi lần về nhà ông Ngoại, Mẹ lăng xăng ngoài vườn. Mẹ vớt cỏ, vớt lá trong hồ cá. Mẹ thắc mắc, sao hồ bây giờ không nhiều cá như xưa. Cô Hồng kể, mấy con ếch, tụi nó "xực" cá con, nên bây giờ hồ chỉ còn cá bự thôi. Ếch tăng dân số lẹ lắm. Mấy đêm mưa, tụi ếch ồm ộp, òam oạp um sùm. Mẹ và cô Hồng vớt đám nòng nọc ra khỏi hồ. Chớ đám đó thành ếch, chén hết bầy cá vàng chứ chẳng chơi.

Mẹ nói, hồi đó, khi mới thấy ngôi nhà này lần đầu, vườn rộng với hồ cá. Mẹ mê mẩn, cứ mơ ước hoài. Chừ thì Mẹ thỏa nguyện.

(Mẹ đang làm sạch hồ cá ở Hoàng Gia Thảo Điền Bad-Nauheim 2014)

Mẹ hỏi Ba:

- Mẹ và Bê thích con này, con kia. Sao Ba không thích con gì hết trơn vậy?

Ba cười:

- Có chớ sao không! Ba thích con này đặc biệt lắm.

Bê tò mò:
- Con gì vậy Ba?
Ba làm ra vẻ bí mật:
- Con này "chiến" lắm!
Bê sốt ruột:
- Ba làm con hồi hộp quá.
Ba nghiêm mặt:
- Đó là con... vợ!

Tháng Chín 2014

Ghi thêm:

Anh TháiNC, một người bạn văn rất dễ thương, đọc xong truyện, đã cười vang (trong email):

"Hahaha! Đọc đến dòng cuối mới thấy tác giả kỳ thị, không cho lên list... con thứ năm này! Đề nghị chị sửa lại là: Chó, Chuột, Chim, Cá, Chủ (nhà)."

Ồ, anh TháiNC nói cũng có lý. Hay là mình lên danh sách đủ năm con cho thành ngũ long... công chúa. Đồng thời, người kể chuyện khỏi mang tiếng kỳ thị.

Tháng Ba 2018

RỒI TỪ GIỌNG HÁT EM...

Rồi Từ Giọng Hát Em...

(Ngô Thụy Miên)

Năm cuối của tiểu học, tôi mang về nhà mỗi tháng một bảng danh dự. Có lúc màu vàng, có lúc màu xanh. Thường là hạng nhì, đôi khi hạng ba của lớp Năm B, trường Nữ Tiểu Học Quảng Ngãi. Tôi hằng mơ, sẽ có lần lên hạng nhất để đẩy Ba Nhị xuống hạng nhì. Cô giáo của tôi, cô Du, là người Huế. Trong con mắt của tôi và rất nhiều học trò lớp Năm B, cô Du là cô giáo đẹp nhất thế giới. Cô hay mặc áo lụa tơ tằm màu hồng, màu vàng. Cô đi guốc đa- kao, gót nhọn. Mỗi khi đi sau cô, đám học trò hay giành nhau bước cho trúng những lỗ tròn nhỏ trên đường đi, do gót nhọn của guốc để lại. Cô có răng khểnh, cô cười thật dễ thương.

Cô hay cười, lúc nào cũng tươi vui. Tôi mơ làm cô giáo. Đúng hơn, mơ làm cô Du. Quỳnh Lâm nhận nhiều bảng danh dự. Nhưng không nhiều bằng tôi. Cô Du thương cả lớp. Nhưng đặc biệt thương Quỳnh Lâm và tôi nhiều hơn một tí.

Kết thúc niên khóa 1970-1971, xong tiểu học, tôi được phần thưởng ưu hạng. Trong lễ phát thưởng luôn có chương trình văn nghệ. Cô Du tập học trò múa bài *Hè Về* của nhạc sĩ Hùng Lân. Tôi vẫn còn văng vẳng bên tai, Đàn nhịp nhàng, hát vang vang, nhạc hòa thơ đón hè sang..., với những "vũ công" mặc áo đầm xòe màu hồng do cô Du vẽ kiểu. Cô Du tập cho ban hợp ca của lớp bài *Nhạc Tuổi Xanh* của nhạc sĩ Phạm Duy: Đời còn tươi như hoa mới nở sớm mai, sáng ngời. Đời còn thắm như mây non bay ven trời... Quỳnh Lâm và tôi bước lên trước hai bước, cầm tay nhau hát: Đường đi ánh sáng tương lai mong chờ... Vì đời mình còn được sống biết bao nhiêu ngày xanh...

Cô Du chọn hai đứa chúng tôi hát đoạn này, không phải vì hai đứa hát hay. Mà có lẽ vì cô Du thương chúng tôi, nên xếp đặt như vậy. Đường ta ta cứ đi, đời ta bao nỗi vui. Lòng ta chan chứa tình bạn bè. Ngày mai xong ước mơ, nhiều khi trong gió thu, nhìn nhau ta nhớ nhung ngày thơ... Mấy chục năm qua, tôi chưa xong những ước mơ. Nhưng Quỳnh Lâm và tôi may mắn, còn gặp lại nhau, chúng tôi ôn chuyện xưa. Không biết bây giờ cô Du ở đâu. Nhớ đến cô, lòng tôi đầy những thương mến, ngọt ngào.

Thiệt ra, tôi đã mon men tìm đến ánh đèn sân khấu lúc mới vào tiểu học. Hồi đó, vườn trước của nhà, Ba tôi ngăn một đoạn, làm hàng rào cao, đóng mấy chuồng nuôi gà Mỹ kiểng. Thỉnh thoảng, tôi và em tôi, Ngọc Hiền, rủ mấy đứa bạn hàng xóm, con Ba bên tiệm tạp hóa Mỹ Đông An, con Nguyệt tiệm vải Phạm Ngọc Anh, vô chuồng gà làm văn nghệ. Chúng tôi dùng kim băng, găm bốn góc của hai cái khăn tắm trên vai làm áo dài. Chúng tôi trình diễn hoạt cảnh *có người con gái buông tóc thề* Rồi yểu điệu vuốt mái tóc thề... bum bê cụt ngủn. Nhưng những vũ khúc nghê thường đó không kéo dài được lâu, vì đám khán giả gà cứ ngủ gà, ngủ gục. Các vũ công đâm chán, giải tán gánh múa, chuyển qua chơi tố lon, u mọi hấp dẫn hơn nhiều.

Lên Nữ Trung Học, tôi lơ là múa hát, mặc dầu tôi biết rất nhiều nhạc. Nhạc tình đã làm trái tim tôi rung động rất sớm. Vừa rời tiểu học, tôi đã lặng người khi nghe... *Kiếp nào có yêu nhau, thì xin tìm đến mai sau...* Còn tóc bum bê, còn mặc áo đầm, tôi đã thổn thức với... *Tóc dài tà áo vờn bay...*

Hồi lớp chín bốn, Kim Trâm hát... Ừ thôi em về, chiều mưa giông tới... Tôi thuộc lòng bài hát dễ thương đó và biết bao nhiêu bài hát dễ thương khác. Nhưng tôi chưa bao giờ hát trong lớp. Thầy T. đến cạnh bàn tôi:

- Ngọc Thúy hát bài chi hè?

- ...

- Hát bài *Thúy Đã Đi Rồi* cũng được.

Tôi cúi gầm mặt. Không trả lời. Tôi muốn thầy phải nhận thấy, tôi từ chối sự quan tâm đặc biệt thầy dành cho tôi. Bao năm trôi qua, bây giờ nghĩ lại, tôi cầu mong thầy T. không để ý đến ánh mắt tối sầm của tôi dành cho thầy. Tôi, chứ không phải thầy, mới thật dễ ghét.

Năm 1975, trong tranh tối tranh sáng của cuộc đổi đời, tôi buộc phải gia nhập "đội múa nhân dân". Đã là học sinh lớp chín, tôi và Kim Hoa già nhất trong đám. Đội múa do ông Lai làm đạo diễn. Chúng tôi hay tập múa trên lầu của tiệm chạp phô Phước Hiệp Thái, đường Phan Bội Châu, gần Ngã Tư Chính. Tôi chẳng vui sướng gì khi mặc đầm, đội mũ thủy thủ, múa may lằng nhằng với mấy đứa con nít khác. Nhưng tính lại, đóng góp văn nghệ như vậy vẫn thoải mái hơn là dang nắng ngoài đường, tham gia những chuyện vớ vẩn khác.

Sau đó, tôi vô Sài Gòn. Mỗi mùa hè, tôi về thăm Ba Mạ ở Quảng Ngãi. Ban ngày phụ Mạ bán hàng ở tiệm cơm. Buổi tối, thỉnh thoảng tôi xin Mạ cho ngủ lại nhà Minh Kha ở ngã tư chợ Quảng Ngãi. Hai đứa chong đèn chép cho nhau những bản nhạc đã bí mật tìm ra đâu đó. Rồi chụm đầu khe khẽ hát với nhau:

Over and over I kiss you again. Over and over I whisper your name,

Chúng tôi trao đổi những bài hát "dân dã" học trong trường Sư Phạm.

For I'm going to Louisana....
Play polly wolly doodle all the day

hoặc bài *Red River Valley*

From this valley they say you are going
we will miss your bright eyes and sweet smile

Tôi vào lớp 11, trường Marie Curie, vẫn học giỏi như xưa. Tôi bị bắt buộc tham gia múa lụa. Dù nghe bản nhạc cả trăm lần để tập múa, bây giờ tôi chỉ nhớ lõm bõm. *Hà Tây, cửa ngõ thủ đô...*

Đến kỳ nghỉ hè, phải sinh hoạt hè ở phường khóm địa phương. Tôi được chọn làm chị nông dân trong màn múa, gì mà *Ta cuốc cho nhanh, cho đều, anh công nhân cầm búa, chị nông dân cầm liềm...* Lúc đó, tôi chơi thân với Lan Hương, ở cùng hẻm 533 Nguyễn Huỳnh Đức, cách nhà tôi mấy căn. Lan Hương hơi thấp và mập hơn tôi một chút. Chị của Lan Hương ghẹo, hai đứa tôi đi chung giống số 10. Tôi là số 1, còn Lan Hương là chữ O tròn vo. Đáng lẽ tôi cao hơn, phải làm công nhân. Nhưng anh "đạo diễn" khuyên, tôi nên thủ vai làm ruộng, vì tôi mặc áo bà ba lụa vàng (mượn của chị tôi) thấy xinh hơn. Lan Hương dễ dãi, đồng ý làm công nhân, mặc cái quần yếm màu xanh, rộng thùng thình, coi tức cười quá trời. Lan Hương hát hay và tự đệm đàn tây ban cầm. Lan Hương sáng tác bài *Chào Mừng Thầy Cô*. Lan Hương qua nhà tôi chơi và tập cho tôi hát:

...

Chào mừng thầy cô trong niên học mới
Ta nghe niềm vui như tiếng sóng lao xao
Này trường này lớp yêu xin chào bằng nụ cười với tất cả yêu thương
Xin chúc mừng thầy cô, được nhiều sức khỏe, nhiều an vui
Công ơn thầy cô hẹn đền đáp
Khi ra đời thành người hữu ích mai sau
Ngày ngày bên nhau chung vui đèn sách

....

Tình bạn bè thắm tươi, tình thầy trò ngát hương.
Ôi đời đẹp ngời với tất cả yêu thương.

Thấy Lan Hương vừa đàn, vừa hát, tôi mê quá. Nghe Như Loan - cô bạn cùng lớp- giới thiệu, tôi đạp xe lên nhà Như Loan, ở đường Cách Mạng Tháng Tám (Lê Văn Duyệt cũ), hai đứa học chung "ghi - ta mô – đéc". Xong một tháng, tôi chỉ biết tưng tửng mỗi bài *Phôi Pha*. Bất kể sáng, trưa, chiều, tối, nếu ôm đàn thì tôi chỉ biết... Ôm lòng đêm, nhìn vầng trăng mới về... Chỉ cần nhớ ba hợp âm: *Am, C* và *G7*. Hình như ông sư phụ đó cũng không biết nhiều hơn. Tôi rút lui. Thời gian sau, chị Thanh Tâm quen với thầy Bùi Thế Dũng. Thầy Dũng đồng ý dạy nhạc *guitar* cổ điển cho ba chị em. Tôi giấu tiệt thầy Dũng về khoá học chơi đàn đệm cấp tốc của tôi. Chị Cẩm Thành đang được người yêu gởi gắm đi học đàn ở nhạc sĩ Dương Thiệu Tước.

Vào Đại Học Sư Phạm, sinh viên khoa ngoại ngữ chúng tôi rất "ta đây", vì được phép hát công khai nhiều bài hát tiếng Anh. Tôi cặp kè với Thanh Nga, ê a những *love songs*: *Imagine you and me, I do, no matter how the world would be...*, hoặc *and they called it puppy love...*, hoặc *You are the answer to my lonely pray, you are an angel from above...* Thanh Nga dễ chịu, không chê tôi hát dở. Vẫn chỉ dẫn cho tôi hát, khi Thanh Nga tìm được bài mới.

Anh Nam, trưởng ban văn nghệ lớp Anh 1 B chúng tôi, là giọng ca chính cho ca đoàn, hình như ở nhà thờ Dòng Chúa Cứu Thế. Anh Nam hát rất hay, giọng truyền cảm, mặc dầu "nhan sắc" của anh Nam có tính chất "khủng bố". Anh Nam chọn Thanh Nga, Dung và tôi để hát *Dân Ca Ba Miền*, đóng góp vào đêm văn nghệ khoa ngoại ngữ. Thanh Nga và Dung nói giọng bắc, hát có vẻ chuyên nghiệp lắm. Dung hay nhái giọng ca sĩ Thái Thanh. Tôi băn khoăn với anh Nam, sợ bị ăn cà chua. Anh Nam trấn an:

- Ngọc Thúy yên tâm, anh Nam sẽ dạy cho Thúy hát đúng. Dễ ẹc hà.

Dung hát bài miền bắc, mặc áo tứ thân, đội khăn mỏ quạ. Thanh Nga một hai xí bài miền trung, *Chiều chiều dắt Mạ, tà là đèo qua đèo, tà là đèo qua đèo, chim kêu, chim kêu tình như bên nớ...* Thanh Nga nói, chỉ thích mặc áo dài khăn đóng, mà đã có sẵn một bộ tuyệt đẹp rồi. Tôi đành phải nhận vai miền nam, mặc áo dài đơn giản, khoác cái khăn thôi. Tôi nhủ thầm, tại hai con nhỏ kia là ca sĩ thứ thiệt, nên ưu tiên hơn. Anh Nam an ủi tôi:

- Đúng ra, Ngọc Thúy gái Huế, làm miền trung. Nhưng làm con gái nam nhí nhảnh, cũng dễ thương lắm.

Vậy là tôi xiêu lòng. Ngoài những giờ tập chung ba đứa, anh Nam phải "bồi dưỡng nghiệp vụ" cho tôi... *Người dưng khác họ, chẳng nọ thời kia, nay dìa thì mơi ở... lòng thương nhớ thương.*

Tôi thấy mình to gan thiệt, nhưng phóng lao thì phải theo lao, chứ đâu có rút lui được nữa. Đêm đó, trường có mời ca sĩ Thanh Lan đến giúp vui. Tôi đâu thưởng thức gì được. Cứ dợt đi, dợt lại cho đến lúc lên... đoạn đầu đài. Những năm đó, Việt Nam theo CNXH, tức là "cả nước xếp hàng" mua thực phẩm. Bởi vậy, cà chua không có ăn cho đủ sinh tố, thừa đâu mà ném vào ca sĩ dỏm. Hên cho tôi, thiên thời, địa lợi!

Sau đó, tôi không còn đèo bòng sân khấu, nhưng vẫn tụm năm, tụm ba hát nhạc Anh, nhạc Pháp. Tôi theo Tuyết

Nhung, cô bạn thời Marie Curie, học tiếng Pháp, ("ông" thầy là anh chàng Phú, nghe đâu dân trường tây thiệt), để bắt chước hát *Tous les garçons et les filles*, hoặc *Main dans la main*. Nếu ông Tây, bà Mỹ nghe tôi hát, sẽ nghĩ, tiếng Việt sao cũng hơi hơi giống tiếng Pháp, tiếng Anh.

Sang năm thứ ba ở Đại Học Sư Phạm, anh Vượng cho phát hành một tập nhạc tiếng Anh bỏ túi, gồm những bản nhạc cho nhi đồng. *One, two, three, four, five. Once I caught a fish alive...* Tập nhạc dễ thương. Những bài hát cũng dễ thương. Nhờ vậy, tôi có thêm vốn liếng để hát, khi đi kèm trẻ tại gia. Tôi thích, nhưng nhát và hà tiện lời khen, không dám nói "nhà xuất bản" dễ thương.

Anh Vượng thành lập một ban hợp ca hay- hát-không-cần-hát-hay, rủ tôi gia nhập. Tôi có hơi ngại một tí tẹo, nhưng không có ý định từ chối. Anh Vượng đã tự tay kẻ cho tôi mấy tập chép nhạc. Bức tranh cây đàn bỏ quên anh làm tặng tôi, đang chễm chệ trong phòng khách ở nhà. Không sao, ca sĩ hát dở người ta chê... ông bầu. Tôi nhớ, tôi đứng gần chị Khiêm, tay đàn dương cầm của nhà thờ Lăng Cha Cả, cất giọng... *Mỗi ngày tôi chọn một niềm vui, chọn những bông hoa và những nụ cười...* Khán thính giả là lớp Anh 3B. Bạn bè trong lớp thương tôi và đã quen với giọng ca "dởm" của tôi rồi.

Chúng tôi đi thực tập ở hợp tác xã Tân Thắng, Hóc Môn. Là sinh viên năm thứ ba, chúng tôi chưa được lên lớp dạy, mà chỉ phụ làm "công tác chủ nhiệm". Tôi và vài sinh viên khác phụ trách lớp 11B. Lớp có màn hoạt cảnh *Bạch Tuyết và Bảy Chú Lùn*, lời Việt theo nhạc điệu của bài *Jingle*

Bells. Con bé Giang lớp trưởng tường thuật với tôi:

- Cô ơi, thầy Hải trưởng ban văn nghệ nói là biết cô. Hồi xưa phải cô ở ngoài trung xa tít mù không?

- Đúng rồi. Nhưng cô không nhớ có quen biết ai là thầy Hải.

- Không sao đâu cô. Mai mốt em chỉ thầy cho cô. Khi lớp mình trình diễn, cô lên ca chung với tụi em. Hổng chừng thầy Hải cho tụi em thêm điểm. Cô ca nha cô, nha cô.

- Màn trình diễn của học trò. Cô giáo đâu có tham gia được. Tôi ngần ngại.

- Cô không cần ca, cô chỉ lên sân khấu đứng với tụi em là được. Giang và mấy đứa học trò khác nhao nhao.

- Thôi, không được đâu. Tôi dứt khoát.

- Vậy thì mai tụi em dẫn cô lại giới thiệu với thầy Hải. Cô nói với thầy Hải, là cô tập cho bọn em múa bài này. Giang vẫn chưa chịu bỏ cuộc.

- Lại gặp thầy Hải thì được. -Tôi cũng tò mò muốn biết thầy Hải là ai. - Nhưng cô đâu có tập bài này cho tụi em đâu!

- Cô cứ gặp thầy, rồi cô nói sao cho hay thì thôi.

Trời đất, biết nói gì đây. Đến khi đám học trò kéo tôi đến gặp thầy Hải, tôi mới nhận ra người hơi quen quen ở Quảng Ngãi. Anh Hải học cỡ lớp chị tôi, con nhà thuốc tây ở đường Phan Chu Trinh thì phải. Nhắc lui, nhắc tới, tôi nhớ mang máng, chắc cũng có thấy anh một vài lần. Tôi chẳng biết làm sao để quảng cáo màn vũ của lớp 11B với anh Hải. Tôi cũng hơi tệ. Gặp đồng hương nơi xứ người mà chẳng tỏ vẻ tay bắt, mặt mừng gì cả. Không biết hồi đó anh Hải có vì người quen, mà cho thêm màn vũ của lớp 11B thêm vài điểm chăng. Theo đề nghị của anh Kiệt trưởng lớp, các thầy cô giáo tập sự cũng phải góp vui trong đêm văn nghệ trường. Tôi lại gan tới trời, cùng với Dung, hát bài *Sing Your Way Home* tặng học trò.

Sing your way home at the close of the day
Sing your way home drive the shadow away
Smile every smile wherever you go
It will lighten your load
It will brighten your road
If you sing your way home

(Hóc Môn- Việt Nam 1981)

Chị Yến bắt chồng chị phải chụp cho tôi mấy tấm hình. Ca sĩ lên sân khấu, chị không bàn bạc ca hay, ca dở. Mà chị cứ khen lấy khen để, rằng Ngọc Thúy xinh quá, chụp hình chắc ăn ảnh lắm. Mấy đứa học trò, thích cô giáo tập sự, nên cũng khen hay tá lả âm binh. Cô giáo thích chí cười híp cả mắt.

Tôi vẫn lén thầy Bùi Thế Dũng học thêm đàn đệm. Thanh Nga chỉ cho tôi đệm bài *Tình Xa*, đến đoạn... Ôi, tiếng buồn rơi đều, nhìn lại mình đời đã xanh rêu..., rải đều nốt như kỹ thuật *trémolo*.

Bây giờ tôi không còn đàn cho mình hát nữa. Lẩm nhẩm mấy câu: Đôi khi ta lắng nghe ta, nghe sóng âm u, dội vào đời buốt giá, hồn ta gió cát phù du bay về..., tôi buồn rũ cả người, chẳng vì duyên cớ gì cả.

Tuyết Nhung thần tượng tôi lắm. Tuyết Nhung có rất nhiều bạn, hay họp mặt hát hò. Tôi mới học được bài *Em Còn Nhớ Mùa Xuân* của nhạc sĩ Ngô Thụy Miên qua anh Trung, bồ chị Cẩm Thành. Tôi dợt ráo riết... *Em nhé khi nào chợt nhớ mùa xuân. Nhớ lá thư xanh và chuyện tình hồng*... Tuyết Nhung làm sinh nhật rình rang, kéo tôi đi trình làng. Sau đó, tôi nổi như... bèo trong đám bạn của Tuyết Nhung. Tuyết Nhung còn phóng đại, thêu dệt nhiều "huyền thoại" về tôi, làm bạn bè Tuyết Nhung cứ tưởng tôi là... danh cầm của thế kỷ. Giáng sinh năm 1981, Tuyết Nhung một hai kéo tôi đi chơi Lái Thiêu với lớp Tuyết Nhung bên Cao Đẳng Sư Phạm. Tuyết Nhung *lăng -xê* tôi kỹ quá. Bởi vậy, các thầy giáo của Tuyết Nhung yêu cầu tôi hát. Tôi ôm đàn hát... *Xin cho một người vừa nằm xuống thấy bóng thiên đường cuối trời thênh thang*... Hát xong, tôi cũng giật cả mình. Đi du ngoạn, có chơi rượt bắt dưới những hàng cây, có chèo xuồng trong lạch, có kể chuyện vui, vui thật vui, mà tôi lại đi hát một bản

(Lái Thiêu-Việt Nam 1981)

nhạc lạc điệu. Vậy mà, ai cũng tán thưởng, lại yêu cầu hát thêm. Thôi, tra tấn người khác như vậy là đủ rồi. Chuyến đi chơi thật vui, tôi quen thêm nhiều người, rất lý thú, đặc biệt. Chưa kịp kết chặt tình thân, một tháng sau tôi rời Việt Nam. Thư từ cho tôi, Tuyết Nhung vẫn nhắc hoài kỷ niệm Lái Thiêu và những lời thăm hỏi thắm thiết của các thầy và bạn Tuyết Nhung.

Sang Đức, tôi tưởng như mình sẽ chẳng mấy khi có dịp nghe và hát tiếng Việt. Vậy mà, tính ra tôi được nghe rất nhiều và được hát bất cứ bản nhạc nào mình thích.

Trường Đức ngữ GFBA e.V. tổ chức một đêm văn nghệ ở tòa thị sảnh, để giới thiệu cho người dân thành phố Heilbronn sự có mặt của nhóm người Việt Nam. Vì số "nghệ sĩ" ít ỏi, đếm vừa đủ mấy ngón tay, các "minh tinh" phải xuất hiện ở nhiều màn khác nhau. Vừa đọc xong diễn văn khai mạc Đêm Văn Nghệ Việt Nam, tôi tất tả quay vào hậu trường để chuẩn bị trình diễn vũ khúc *Dân Ca Ba Miền*. Là đạo diễn, tôi bí mật chọn cho mình những vai... đào thương. Miền Bắc với bốn cô trong áo dài tứ thân. Miền Trung với bốn cô trong áo dài vàng và khăn đóng. Chị Thanh Tâm, chị Cẩm Thành thủ hai vai. Miền Nam trong nhạc phẩm *Lý Ngựa Ô*, hai cô, hai cậu. Đáng lẽ tôi làm cô gái miền trung, mặc áo dài khăn đóng xinh xắn. Nhưng trong hoạt cảnh *Ly Rượu Mừng*, tôi đã "giành" vai cô dâu, mặc áo dài khăn đóng, ôm hoa cưới, đẹp quá trời rồi, cho nên tôi chọn làm cô gái nam. Minh Châu và Thái một cặp, tôi và Tuấn một cặp. Tới đoạn, *Là đưa ý a đưa nàng, anh đưa nàng về dinh,* Thái cầm dù cụng đầu Minh Châu rất tự nhiên. Tuấn cứ lọng cọng. Tôi phải sửa hoài. Tuấn than thở:

- Bác Thúy "đì" tớ hoài. Lúc nãy tập *Ly Rượu Mừng*, bác la tớ um sùm. Tớ quýnh quáng, không biết làm sao.

- Xời ơi, làm chú rể khoẻ ru, có khó gì đâu. Minh Châu chen vào.

- Đúng đó bác Châu, bác Tuấn chỉ đi có mấy bước theo hai câu: *Rượu hân hoan mừng đôi uyên ương, xây tổ ấm trên cành yêu thương*, Thúy nhắc hoài mà bác Tuấn chẳng nhớ. Tôi tiếp lời.

- Khổ lắm! Mấy bác không biết đó chứ. Tớ đi hơi nhanh chút xíu, là bác Thúy nhéo sứt cả da. Cô dâu gì mà dữ như cọp. Tuấn phân bua

- Giỡn hoài. Cọp nào mà dữ bằng bác Thúy. Mày không thích thì làm công nhân đi. *...người công nhân ấm no, thoát ly đời gian lao nghèo khó...*, tao làm chú rể cho. Thái đề nghị.

- Làm gì cũng bị bác Thúy dũa te tua cả, làm chú rể có lý hơn. Tuấn cười tủm tỉm.

Lúc tập dợt, Tuấn cứ làm sai hoài, vậy mà hôm trình diễn lại nhuyễn nhừ. Khi xem hình văn nghệ, cả lớp cứ chọc chú rể Tuấn hoài. Tuấn tỉnh bơ:

- Mấy bác cứ chọc Tuấn ngố đi, miễn Tuấn ngố có tấm hình cụng đầu bác Thúy là được.

Sau đêm văn nghệ, trường chúng tôi nổi như cồn. Các hội đoàn người Đức mời chúng tôi đi lưu diễn màn múa đũa *Vần Thơ Sầu Rụng*. Cóc cóc, cóc cóc, chúng tôi quay đều hai đôi đũa trên hai tay... *Nghiêng nghiêng mái tóc hương nồng, Thời gian lặng rót một dòng buồn tênh, Một dòng buồn tênh...* Khán giả người Đức tròn mắt thán phục. Đài phát thanh của tỉnh đến phỏng vấn. Hên cho tôi, người ta chỉ hỏi vài ba câu đơn giản, nên tôi không đến nỗi cà lăm, cà cặp. Sau đó, người ta yêu cầu hát một bản nhạc giáng sinh. Anh Công đề nghị hát Đêm đông lạnh lẽo chúa sinh ra đời... Anh Công một bè, tôi một bè, vẫn đầy đủ... *Người hỡi, hãy kíp bước tới, đến xem, đây hang Bê Lem...*

(Heilbronn- Đức Quốc 1982)

Khi Bê, con trai tôi, bắt đầu học nói, tôi dạy Bê hát nhiều bài hát nhi đồng. Hai mẹ con hát với nhau: *Hai chú gà con, Một đàn vịt, Hai con thằn lằn, Con chuồn chuồn, Con chim non...* Bê thuộc cả bài *Việt Nam Việt Nam* dài thật dài. Bê đã trình diễn nhạc phẩm *Em Bé Quê* thật xuất sắc và được giải nhất trong Tết Trung Thu do sinh viên Việt Nam ở Frankfurt tổ chức.

Có vài năm, tôi chẳng "rớ" tới một bài tình ca theo "trình độ" của tôi. Tôi bận chạy theo thị hiếu của Bê. Tôi tập lắng nghe Backstreet Boys, N-SYNC. Tôi tìm đâu đó một mẫu số tạm thời của hai thế hệ qua Celine Dion, Mariah Carey, Atomic Kitten... Dần dà, Bê tách sang con đường khác. Bê đi thư viện mượn cho tôi dĩa CD của Bryan Adams, Bon Jovi. Bê kể, trong ti vi có chương trình nhạc André Rieu. Tôi không còn khái niệm gì về những bài hát trong dĩa CD Bê lựa cho Bê. Bê vẫn vui lòng thâu nhạc Việt, nếu tôi yêu cầu. Tự trong sâu thẳm của lòng mình, tôi mong có ngày Bê sẽ nghe được tình ca Việt Nam.

Tôi theo lớp *Jazz Dance*, học các điệu trích đoạn trong vở nhạc kịch *Grease*. Tôi nghĩ, về sẽ truyền nghề cho bé Cốm. Bé Cốm cũng có tính xí xọn không thua gì dì Thúy mà. Tôi định đi mua dĩa *CD*, về nhà ôn kỹ những bước đã học trước khi truyền nghề cho đệ tử. Mùa xuân đến, tôi bận quan sát các loại hoa xuân tôi ươm trồng. Hôm nay uất kim hương vừa nảy chồi. Hôm nay thủy tiên vừa có thêm lá... Tôi bỏ lớp *Jazz Dance.* Tôi không có thì giờ ra phố tìm mua dĩa nhạc. May, tôi chưa hứa hẹn rùm beng với bé Cốm. Chứ không, lại mang tiếng, mười voi không được bát nước xáo.

Một lần tôi đang ủi áo quần, thời gian đó, anh Lợi mới tặng cho tôi dĩa *The Phantom of the Opera*. Đầu óc tôi cứ lởn vởn bài *All I Ask of You*. Vừa chăm chỉ miết bàn ủi trên áo, tôi cất giọng... *Say, you'll share with me one love, one lifetime, say the word*... Từ trong phòng, Bê phóng như bay ra, mặt hốt hoảng:

- Mẹ, Mẹ có bị sao không Mẹ? Mẹ có bị phỏng không?

Tôi ngơ ngác nửa giây, rồi chợt hiểu:

- Không, Mẹ cám ơn Bê cưng. Mẹ chỉ hát thôi.

- Con mừng quá, con tưởng Mẹ bị đau.

Tôi buông bàn ủi xuống, ôm Bê, lòng thương yêu vô hạn. Bê nghĩ đến mẹ như vậy, mẹ vui sướng vô cùng. Nếu mẹ là một danh ca, mà con của mẹ hờ hững với mẹ, thì làm sao mẹ có được niềm hạnh phúc này.

Có lần Bê hỏi:

- Mẹ ơi, Mẹ có bao giờ ước mơ là Mẹ thành ca sĩ không?

Tôi đã có lúc to gan, nhưng chỉ dám mơ làm nhạc sĩ.

- Không, chưa bao giờ mẹ ước là ca sĩ. Nếu mẹ mà có giấc mơ này, mẹ con mình chết đói nhăn răng rồi.

Anh Lợi góp lời:

- Làm sao chết đói được. Ăn cà chua với trứng thúi mệt nghỉ.

Hè 2002, người bạn cho tôi xem cuốn băng Thúy Nga nhạc thính phòng với sáng tác của các nhạc sĩ Tuấn Khanh, Vũ Thành An và Từ Công Phụng. Mấy năm trước, lần đầu tiên nghe Từ Công Phụng hát *Mãi Mãi Bên Em* trong thính phòng nhỏ ở Frankfurt, tôi đã mê mẩn: *Nếu có điều gì vĩnh cửu được thì em ơi đó là tình yêu chúng ta.* Nét bút nghệ sĩ của Từ Công Phụng trong tập nhạc và dĩa hát đã làm tôi xôn xao mấy bữa. Có điều, tựa của bài hát làm tôi thất vọng chút chút. Tôi chợt nghĩ đến bài *Còn Mãi Thương Yêu* của Đức Huy, nhạc phẩm đó có lẽ là dấu chấm hết của sự nghiệp chàng nhạc sĩ "trẻ". *Mãi Mãi Bên Em* lãng mạn quá, tôi cứ đọc đi đọc lại hoài, trái tim muốn mềm nhũn... *Mở cửa hồn Em vào đó rong chơi, Em có thấy tình Anh ngát hương hoa... Em sẽ thấy mùa xuân về rất nhẹ, từ trái tim Anh nồng nàn yêu Em... Tình dạt dào như dòng suối vây quanh, dù mai đây hương mùa cũ phôi phai, Anh vẫn mãi yêu Em như những ngày trẻ dại...*

Bạn thấy tôi thích cuộn băng quá, tặng cho tôi luôn. Về đến nhà Ba Mạ, tôi trình chiếu liền. Nghe bao nhiêu cũng không đủ. Buổi trưa, khi nhiều người còn ngơi, bù lại đêm trước chuyện vãn đến sáng, tôi ra vườn sau của Ba. Vừa tỉa những cánh hoa cúc đã tàn, tôi kể lể... *Lời nào yêu hết trái tim buồn... dù một khoảnh khắc sớm phai tàn và lệ em rớt trên môi nhạt...*Vừa cắt những chiếc lá úa, tôi ngậm ngùi... *Lá vẫn rơi trên thềm vắng, từng thu qua từng thu qua võ vàng...* Ngồi đong đưa xích đu, tôi mơ màng... *Chừng như không gian đang sưởi ấm những giọt tình nồng, mùa xuân đang mở toang trong mắt, tình người mênh mang...* Tôi ngắm trời xanh, mây trắng, ngắm hoa, ngắm lá. Lòng nhẹ nhàng, êm đềm quá, hạnh phúc quanh đây, chan hòa.

Khi tôi vô nhà, Trọng hỏi:

- Nãy giờ chị Thúy đi đâu vậy? Có cuộn băng Từ Công Phụng thâu *live*, thích coi không?

- Hấp dẫn, hấp dẫn, coi liền. Tôi reo lên.

- Để rủ cả nhà coi luôn cho vui. Cốm, con lên kêu mấy dì, mấy cô xuống coi nhạc.

Trên màn ảnh hiện lên hình cây cảnh thấy quen quen, người thâu phim không phải chuyên nghiệp nên hình ảnh chập choạng. Có hình trái tim, ủa, sao giống hình Cốm, Ô Mai vẽ trong phòng cậu Kem vậy nè. Hình chạy đến giàn bầu và su su của ông Ngoại. Rồi xích đu màu trắng xuất hiện.

Và tôi, chính tôi đang ngồi xích đu, miệng nhóp nhép. Lồng vào phim là lời hát... Ơn em thơ dại từ trời, theo ta xuống biển vớt đời ta trôi... Cả nhà cười bò lăn. Trời đất ơi, tôi đó, đầu nghiêng qua trái, rồi nghiêng qua phải, rồi ngước lên, rồi cúi xuống. Rồi co chân lên, ngồi kiểu nước lụt, ôm gối, miệng vẫn cứ lảm nhảm. Rùng rợn quá, khiếp đảm thần kinh hệ. Nếu biết quay phim, tôi đã điêu nặng điệu rồi. Ủa, nói chuyện chi huề vốn. Phim diễu mới được chuộng, chớ ai thèm coi phim kinh dị. Tôi cười gập cả người lại. Khi ca sĩ hát đến câu: Ơn em hồn sớm ngậm ngùi, kiếp sau xin giữ lại đời cho nhau... thì vai chính trong phim đang đưa tay che miệng ngáp một cái... rõ dài. Ui chao ơi, một đoạn phim ngàn năm trước không có, ngàn năm sau không thấy.

Vừa tưới cây, tôi nhún nhảy theo bài *El Choclo* một cách thoải mái, dù biết chậu thủy trúc, cây thiên tuế, chậu lan hồ điệp đang trố mắt nhìn, chắc chúng đang cười ngất. Có dạo, trời mờ mờ sáng, tôi để ca sĩ ru suốt mấy tiếng đồng hồ... *Kỷ niệm nào như muốn khóc, ... thôi đừng tìm nhau nữa mà chi, đường về ngày mai sỏi đá...* Có lẽ vì vậy mà cây khế bồn tài đau khổ theo, trở thành trong héo ngoài khô. Uổng công tôi cắp ca, cắp củm, khệ nệ khuân từ Việt Nam qua.

Nghe nhạc và hát tự bao giờ đã trở thành một sinh hoạt quan trọng trong đời sống hàng ngày của tôi. Đôi khi ở nhà một mình, tôi tự cho phép điều chỉnh âm thanh như mình thích. Nghe nhạc vui, hoặc nhạc ngoại quốc tôi có tật mở nhạc thật to. Có lần, tôi đi bác sĩ để khám tai. Tôi lo, tật nghe nhạc to có thể là hiện tượng của bịnh lãng tai. Ông bác sĩ cân, đo, đong, đếm, xong, tuyên bố: khả năng thẩm âm của tôi rất tốt. Tôi cũng để ý rằng, nếu những điều tôi muốn nghe, thì ai có nói nhỏ bao nhiêu tôi vẫn "lãnh hội" được.

Tưởng đã bỏ giấc mộng ánh đèn sân khấu. Dè đâu, năm nọ, các anh chị ban tổ chức văn nghệ tỉnh nhà München bỗng nhiên nóng bầu nhiệt huyết yêu nước, muốn đưa màn hoạt cảnh *Hội Nghị Diên Hồng* vào chương trình. Mấy chục màn ca vũ nhạc kịch của chương trình đều được tập dượt hàng tuần, miệt mài năm, sáu tháng. Còn hơn một tháng trước trình diễn, làm sao mà nhào nặn hoạt cảnh đây. "Bà bầu" đã lo tìm nhạc bản, nhờ ban nhạc chơi nhạc nền. Y trang đã có. Đến phần diễn viên, anh chị nhìn tới nhìn lui, thấy mấy người bạn đồng niên thật thích hợp với các vai bô lão. Tức là lên sân khấu chẳng cần hóa trang, mà giống y chang... bô lão. Vậy là vợ chồng tôi cũng được hai vai. Chị đạo diễn biết tỏng là các bô lão đã có phần lụm khụm, nên chị không dám bày vẽ nhiều màn, nhiều cảnh. Vài động tác căn bản cho thích hợp với quan hệ vua dân thuở xưa.

Lòng dân Lạc Hồng nhìn non nước yêu quê hương
Giống anh hùng nâng cao chí lớn
Giống anh hùng đua sức tráng cường...

(Munich- Đức Quốc 2011)

Diễn chỉ mấy phút mà các bô lão xem ra rất căng thẳng. Dầu vậy, ai nấy rất phấn chấn, nên khi hô "Quyết chiến! Quyến chiến!" rất hùng hồn. Thỉnh thoảng có "bô lão nghệ sĩ" quên bài, hát rớt giọng. Bà bầu lên ruột vì sợ bể dĩa. Vậy mà, lúc diễn ngọt xớt. Hoạt cảnh xuất hiện đúng thời điểm những vấn đề biển Đông đang nóng bỏng. Khán giả tán thưởng màn hoạt cảnh, vỗ tay rào rào.

Ngọc Hiền đã có lần nhận xét, thật may mắn, tôi hát dở mà học giỏi. Nếu ngược lại, chắc đời tôi sẽ là một chuỗi những trắc trở, tai họa nhỏ nối dài tai họa lớn.

Tôi biết, vì tật mê nhạc của tôi, vì giọng hát nửa vời của tôi, bao nhiêu người quanh tôi đã phải chịu đựng nhiều. Nhưng tôi ước mong luôn đem lại niềm vui, niềm hạnh phúc cho những khán, thính giả bất đắc dĩ, bằng trọn con tim đầy ắp yêu thương của tôi. Tôi mong mọi người thân trong đại gia đình, trong tiểu gia đình và bạn bè sẽ tiếp tục vui lòng hiện diện trong đại hí viện hạnh phúc của đời tôi, để tôi được ngâm nga khúc hoan ca, mãi hoài.

Tháng12.2012

VẬN ĐỘNG VIÊN

Tập Võ

Ba chục năm trước, Bê đã bắt đầu sự nghiệp thể thao của Bê. Số là, Ba vừa học xong lớp chuyển nghiệp. Thời gian chuẩn bị thi cử, Ba dạy kèm cho một người bạn cùng lớp. Thi đậu, người bạn tạ ơn Ba một cặp vé *Musik Konzert*. Lúc đó, Bê ở trong bụng Mẹ đã hơn sáu tháng. Mẹ kể, Mẹ đang năm đầu ở đại học. Trời mùa đông, Mẹ đi học, mặc áo khoác dày cui. Bởi vậy, bạn học không ai biết Mẹ sắp sửa có em bé, chỉ ngỡ Mẹ hơi lên cân, *zugenommen*. Bác bạn của Ba có lẽ không dè vợ của bạn là bà bầu nên mới mời đi *Rock Pop Konzert* của ca sĩ Jennifer Rush.

Những năm cuối thập niên 80, ca sĩ Jennifer Rush rất thành công ở Đức. Làm quà cặp vé này, bạn của Ba rất "chịu chơi". Những bài nhạc nhè nhẹ, ví dụ như bài *The Power of Love* Mẹ thích lắm. Bê nghe cũng êm tai, nên chưa quậy Mẹ. Đến khi ca sĩ Jennifer Rush vào hậu trường thay đổi xiêm y, tay trống biểu diễn màn dồn trống, cả hội trường bừng lên tiếng vỗ tay. Mẹ vui theo. Mẹ kể, hồi xưa nghe ban nhạc The Eagles trình diễn bài *Hotel California*, Mẹ đã có lúc mơ màng đi học đánh trống. Mẹ vui, cùng nhiều khán giả trong hội trường đong đưa theo tiếng trống. Bỗng Mẹ cảm thấy bụng đau nhoi nhói. Giống như Bê đang nhảy nhót lưng tưng trong bụng Mẹ. Mẹ đâm lo lo, sợ ồn ào, "phiền" đến Bê. Sau đó, tiếng trống dịu dần, ca sĩ trở lại sân khấu. Bê chắc mỏi chân, bớt đạp lung tung. Mẹ không yên trong bụng. Về nhà, Mẹ vội gọi *Onkel* Bernd để hỏi ý. Cậu Bernd không phải là bác sĩ. Cậu là hiệu trưởng trường y tá của thành phố. Nhưng cậu rất rành về y khoa. Cậu Bernd trấn an Mẹ, "Không sao đâu. Khi sóng âm thanh dồn dập, Bê nhột, Bê đạp loạn xà ngầu đó thôi. Nếu ngày nào Bê cũng bị nhột liên tục, thì không tốt. Chứ chỉ vài phút, Bê đâu hề hấn gì". Đó, Bê biết tập võ từ hồi trong bụng Mẹ lận.

Bơi Lội

Năm cuối ở vườn trẻ, Cô giáo ghi tên cho cả nhóm Bê đi học bơi. Mẹ Bê và các bà mẹ khác thay phiên nhau đưa đón bầy trẻ đi hồ bơi thành phố. Vào lớp một, Bê đã có bằng Cá Ngựa *Seepferdchen*. Sau đó Bê lấy bằng Bạc, Vàng và là thành viên câu lạc bộ bơi cứu người *Rettungsschwimmen* của khu phố Bê ở.

Thời gian Mẹ làm ngân hàng, Bê hay đến thăm Mẹ ở văn phòng trong tòa nhà Hypohaus. Lần đầu Bê đến, Mẹ dẫn Bê giới thiệu với các bác nhân viên gác cửa. Bác cho Bê tấm bưu thiếp hình *Hypohaus* và mấy cái nút có chữ *Hypobank, Eine Bank - Ein Wort*. Dần dà, các bác quen mặt Bê. Khi Bê đến, bác đưa điện thoại cho Bê gọi Mẹ báo tin. Bê ngồi chờ Mẹ ở hàng ghế nệm, da êm thiệt là êm. Mẹ ghé qua *lobby* đón Bê xuống *Fitness Center* của ngân hàng. Hai mẹ con chơi bóng bàn, xong qua bơi. Có hồ lớn, nhưng hai mẹ con chỉ loanh quanh ở hồ con nít, *Kinderbecken*. Ông *Bademeister,* xếp sòng của hồ, rất mến Bê. Ông dạy Bê lặn. Ông thảy vòng sắt bọc nhựa đỏ xuống góc hồ, kêu Bê lặn xuống nhặt lên. Ông đứng chờ trên bờ, lúc nào cũng vỗ tay: hoan hô, giỏi lắm, *bravo, sehr gut*.

Lên trung học Bê vẫn tiếp tục bơi trong câu lạc bộ. Bê từng bơi cứu người ngoài biển. Mùa hè năm đó, gia đình Bê cùng nhiều gia đình cậu dì và bạn bè nghỉ hè ở bắc Ý. Nhóm các anh chị Karlsruhe mướn thuyền phao chơi trên biển. Người trên thuyền, người bơi theo, thật vui. Bờm, nhỏ tuổi hơn nhiều, thích chí nhào bơi theo. Mới mấy sải, Bờm lóp ngóp muốn đuối, thế là Bê phóng bơi ra, túm cổ Bờm, kéo vô bờ. Bờm bị la một trận tơi bời. Mẹ kể, ngày xưa đi học ở Đại Học Sư Phạm, Mẹ và mấy bạn hay rủ nhau đi bơi hồ An Đông. Tuy vậy, Mẹ bơi lạng quạng lắm. Chỗ nào chân Mẹ chạm đáy hồ, Mẹ bơi ngon lành. Bỗng cảm tưởng nước sâu sâu, Mẹ hốt hoảng, quạt tay lia lịa, tìm cách bám vào thành hồ bơi. Đôi khi Mẹ hụt chân, uống nước sặc sụa. Vậy mà, mỗi khi Bê bơi ngoài biển, Mẹ cứ lo, Mẹ chạy dọc theo bờ biển, nói với ra, "Bê ơi, Bê ơi, bơi cẩn thận, đừng ra xa nghe con". Tội nghiệp Mẹ chưa.

Tuy thích bơi, Bê cũng có lần cúp cua. Đến ngày tập luyện bơi, Bê túi xách gọn gàng, đạp xe đi. Nhưng Bê không đến hồ bơi, mà Bê đi thư viện đọc sách. Về đến nhà, Mẹ mở bao dọn dẹp áo quần, thấy khô rang. Thế là Mẹ "dợt" Bê một mách. Mẹ hỏi Bê, "Tại sao con không đi tập bơi?". Bê phân bua, "Mấy kiểu bơi ếch, sải, bướm... con đều biết hết cả rồi. Lâu lâu con bỏ một bữa, con vẫn theo kịp mấy đứa bạn. Bữa nay con thích đi đọc sách". Mẹ nghiêm giọng, "Con nghỉ một bữa cũng được. Nhưng con phải nói cho Mẹ biết. Nhớ chưa!".

Đá Banh

Bê mê đá banh và ái mộ đội bóng FC Bayern München. Khi gia đình Bê dọn về München, Bê vào lớp hai trường tiểu học Oberföhring. Sinh nhật của Bê thời đó, bạn bè thường tặng quà áo thun, đồ chơi của khách hâm mộ đội bóng. Mẹ "quảng cáo" Bê nhiều đến nỗi đồng nghiệp của Mẹ cũng tặng quà cho Bê, mặc dù họ chưa gặp Bê bao giờ. Nào là khăn lông, hộp đựng viết có *logo* của FC Bayern. Bác đồng nghiệp tặng Bê bộ vớ nhựa cứng để mang bảo vệ ống quyển khi đá banh. Mỗi lần có trận đá với đội FC Bayern, Bê trang bị từ đầu đến chân tất cả trong *logo* đỏ trắng xanh của đội. Mặc kệ mùa hè nóng nực, Bê vẫn quấn khăn quàng cổ có *logo*. Bê ngồi chăm chăm trước ti-vi theo dõi trận đá.

Thường, Ba coi chung với Bê, để sau đó hai cha con cùng bàn, trái này đá quá đẹp, trái kia bị phạt đền hơi uổng. Mẹ ít khi ngó ngàng tới đá banh. Nhưng Mẹ hên quá trời. Giải túc cầu thế giới năm 2006, hãng của Mẹ có 4 vé *VIP* đi xem trận tứ kết Á Căn Đình đá với Hòa Lan. Hãng cho 200 nhân viên bốc thăm, Mẹ là một trong 4 người trúng số. Mẹ xin nhường vé cho Bê, nhưng người ta không chịu. Cho nên, Bê phải mở lớp hướng dẫn cấp tốc cho Mẹ biết, mấy ông *Stürmer, Mittelfeldspieler* hoặc *Verteidigung* làm gì. Đến sân vận động, Mẹ được chỗ ở những hàng ghế đầu, nhìn qua thấy hoàng gia Hoà Lan đang chỉnh tề ngồi theo dõi trận đấu. Mẹ còn thấy một người nhỏ con, nhảy loi choi trông tức cười lắm. Chú đồng nghiệp rỉ tai Mẹ, đó là cầu thủ Maradona, nhân vật huyền thoại của thế giới bóng đá. Mẹ kể, nhờ khóa "bổ túc văn hóa" của Bê, Mẹ hiểu tàm tạm luật chơi, nên thấy hào hứng hấp dẫn quá trời. Lần khác, khi Mẹ đi làm ở Kiev, Mẹ được mời đi xem trận đấu Champion League giữa đội Real Madrid Tây Ban Nha với đội Dynamo Kiev Ukraine. Được đi coi những trận đấu long trời lở đất như vậy, mà Mẹ nói, Mẹ vẫn không thích bằng đi coi đội đá banh của Bê.

Chơi ở câu lạc bộ đá banh Rot-Weiß Oberföhring một thời gian, Bê xin Ba Mẹ ra khỏi hội. Mẹ hỏi lý do. Bê xụ mặt, "Tại vì đội này đá dở lắm". Mẹ bảo, "Chơi thì có thắng, có thua". Bê quạu cọ, "Mà đội này toàn là thua, chớ chưa bao giờ thắng đâu Mẹ". Ba Mẹ năn nỉ, "Thôi, con ráng chơi trong câu lạc bộ cho hết năm, rồi tính sau". Đến ngày đi tập đá banh, Bê đeo túi đồ nghề đạp xe đi. Khoảng hai tiếng đồng hồ sau Bê về nhà. Bê đi thẳng vào phòng tắm, thảy áo quần "dơ" vào thùng giặt. Lát sau, Mẹ vào phòng tắm, đem mấy áo quần đá banh của Bê ra ngửi ngửi. Còn thơm phức. Mọi lần, áo quần đá banh của Bê chua lè. Ba Mẹ kêu Bê vô phòng. Giọng Mẹ không vui, "Hồi chiều đến giờ con đi đâu?" Bê ngần ngừ, "Bữa nay thứ Ba, con đi chơi đá banh như thường lệ" Mẹ lắc đầu, "Con không đá banh." Bê ngạc nhiên quá, ngẫm nghĩ, "Ủa, sao mình làm gì Mẹ cũng biết hết trơn". Bê thú thiệt, "Bữa trước con kể cho Ba Mẹ rồi. Con không thích đá banh với đội này nữa. *Langweilig,* chán lắm. Con đạp xe vòng vòng. Con xin lỗi Ba Mẹ." Ba Mẹ nhìn nhau. Ba nói, "Được rồi, Ba sẽ viết thư xin rút tên Bê ra khỏi câu lạc bộ."

Tennis

Bê không chơi *tennis*. Nhưng Bê gắn bó với những trái banh *tennis* một thời gian. Bê và nhóm bạn thân rất mê đá banh. Trong giờ ra chơi, cả nhóm thích đá banh. Nhưng mỗi ngày chở trái banh đến trường bằng xe đạp rất bất tiện. Ban đầu, Bê và các bạn đá banh với trái banh nhựa nhỏ xíu. Tình cờ có đứa bạn lượm được trái banh *tennis* cũ, cả bọn đem chơi đá banh, thích quá. Bê nhờ Mẹ xin đồng nghiệp Mẹ những trái banh cũ. Từ đó, lâu lâu Mẹ khuân về cho Bê vài trái banh của bà thư ký và của bác đồng nghiệp. Có nhiều banh, Bê và các bạn thoải mái xài, lỡ banh chui vào bụi rậm, khỏi cất công bò tìm.

Tự nhỏ đến lớn, Bê không quan tâm đến môn *tennis*. Khi Bê lên đại học, Bê phải xa nhà. Ba Mẹ ở nhà thiếu Bê, chắc buồn lắm. Bê muốn Ba Mẹ có thú vui, sinh hoạt khác để đỡ thấy trống vắng. Mùa giáng sinh, đại gia đình họp mặt, dịp cả nhà tặng quà cho nhau. Bê để dành tiền từ hồi đầu năm. Bê tìm mua tặng Ba Mẹ cặp vợt *tennis*. Bê không rành. Ra tiệm, thấy cặp vợt xuống giá, vừa túi tiền Bê, hiệu Wilson, cũng nổi tiếng. Bê gói làm quà giáng sinh. Ba Mẹ cảm động lắm. Ba Mẹ theo mấy người bạn đến câu lạc bộ lấy giờ học thử. Ông huấn luyện viên cho biết, đó là vợt cho trẻ em. Mẹ nói, "Không sao. Mẹ cao chỉ cỡ mấy đứa bé lớp bảy, lớp tám. Vậy vợt cho mẹ cũng vừa." Ba Mẹ chơi *tennis* vài lần. Mẹ không cầm cự lâu, vì tay Mẹ đã bệnh *tennis arm* do làm việc lâu *ở computer*. Tuy vậy, Ba Mẹ vẫn giữ cặp vợt *tennis*, kỷ niệm món quà cậu tú Bê tặng Ba Mẹ.

Inline Skates

Những năm Bê mới vào trung học, *inline skates* rất thịnh hành. Ba Mẹ sắm cho Bê bộ đồ nghề đầy đủ, giày, mũ an toàn, nệm che đầu gối, cùi chỏ. Mẹ phụ Bê tập loanh quanh trong sân. Mẹ nói, hồi nhỏ Mẹ cũng biết đi *inline skates*. Thuở đó, ở Việt Nam gọi là trượt Pa- te (*Patins*). Mới biết đi, Bê hăng lắm. Đi học về, Bê xin Ba Mẹ xuống sân tập dợt. Bắt đầu rành rẽ, Mẹ cho Bê đi dọc mấy con hẻm dẫn ra công viên. Mẹ đạp xe chầm chậm theo sau.

Hôm nọ, sơ sẩy thế nào Bê bị té, đập mặt xuống đất, máu chảy đỏ loét, mẻ cái răng cửa, Bê khóc bù lu, bù loa. Mẹ hết hồn, vội đưa Bê đến nha sĩ. Bê vẫn còn khóc thút thít. Bác nha sĩ đưa tay bắt, giới thiệu, hỏi han rất tự nhiên, làm như Bê là bạn của bác. Bác nói, bác rất thích đi *inline skates*. Nhưng khó quá, bác không tập được. Bê cảm thấy hãnh diện, vì mình giỏi hơn cả bác nha sĩ. Bê quên cả đau. Bác nha sĩ sửa sang cái răng mẻ thiệt tài tình. Mẹ rất hài lòng, về sau Mẹ chọn bác nha sĩ khám răng luôn cho cả gia đình.

Lần nọ, Mẹ cùng dì Tâm đưa mấy người bạn đi thăm Olympia Park, làng thế vận hội của Munich. Tình cờ công ty Coca Cola đang có chương trình khuyến mãi. Họ cho mượn giày *inline skates*. Ai đi xong, được tặng cái ly nhựa thật to, có hình chiếc giày bên cạnh *logo* của Coca Cola. Mẹ nghĩ Bê rất thích cái ly như vậy. Mẹ lại xin cái ly cho Bê. Nhưng người ta bảo, phải đi một vòng *inline skates*, mới được thưởng. Vậy là Mẹ phải vô mượn giày, nhờ dì Tâm và người bạn dìu Mẹ hai bên, để Mẹ biểu diễn mấy vòng. Dì Tâm lo lắng, sợ Mẹ té, gãy răng, không có mà ăn cháo. Cuối cùng, Mẹ vui mừng lại quày trả giày và nhận quà thưởng. Bê thích món quà ấy, vì đó là công sức và lòng can đảm của Mẹ mới có được.

Chạy Đua

Từ hồi nhỏ, Bê thích chơi nhiều bộ môn thể thao. Mẹ nói, lúc nào Mẹ cũng ủng hộ Bê hết mình. Thời tiểu học Bê hơi tròn trịa. Ngoài chuyện kiểm soát nghiêm ngặt lịch ăn uống của Bê, Mẹ thường dụ Bê chơi những môn chạy lăng quăng cho tiêu bớt *calories*. Mẹ rủ Bê chơi bóng bàn. Mẹ đưa banh qua trái, đưa banh qua phải. Lâu lâu thuận tay, Mẹ "tiêu" hoặc "rờ-ve" một cú sấm sét, làm Bê phải chạy lượm banh bở hơi tai.

Thuở sinh viên, Bê chơi Lacrosse. Mẹ lên thăm Bê,

thấy cây vợt Lacrosse. Mẹ cầm vợt ngó ngó, thắc mắc. Mẹ lúc lắc đầu, Mẹ chưa hề nghe đến môn thể thao này. Mẹ ghẹo, "Giống cái vợt vớt lá Mẹ hay xài cho hồ cá ở nhà". Thấy môn thể thao là lạ, Mẹ kêu Bê giải thích. Khi biết đó là môn thể thao đồng đội, Mẹ hoan nghênh cả hai tay. Gọi điện thoại thăm Mẹ, hễ Bê kể mới đi chơi bóng rổ về hoặc sẽ đi chơi đá banh là Mẹ vui lắm.

Bây giờ Bê đã xong đại học, có nghề nghiệp. Có lẽ, Bê sẽ không còn nhiều thì giờ chơi đá banh, bóng rổ đều đặn. Mẹ cũng không kèo nài Bê chơi những môn thể thao chạy lòng vòng như hồi Bê còn nhỏ.

Rồi đây, Bê sẽ tham gia môn thể thao của trường đời: môn chạy đua đường trường. Môn thể thao này sẽ cam go, khó khăn hơn những trận đấu bóng với bạn bè. Mẹ nói, bây giờ Bê đã lớn. Mẹ tin rằng Bê luôn đủ sức chống chỏi trong sân vận động của trường đời. Mẹ không còn đạp xe kè kè theo sau Bê, phòng khi Bê té ngã. Ba Mẹ không trực tiếp theo dõi những trận đấu để vỗ tay khích lệ Bê. Nhưng Bê luôn nhớ lời Ba Mẹ nói, "Lúc nào Bê cũng là vận động viên hạng nhất của Ba Mẹ." Bê nhủ lòng, Bê luôn cố gắng để đáp lại niềm tin và lòng yêu thương của Ba Mẹ.

Tháng Ba 2018

DUYÊN NỢ VĂN TỰ

Mấy chị em tôi chia nhau mua nhiều loại báo: *Làng Văn, Thế Kỷ 21, Văn, Văn Học*... chuyền tay nhau đọc. Tôi "quen" Thế Kỷ 21 đã lâu, nhưng chỉ là quan hệ... đơn phương.

Vào những năm 90 của thế kỷ trước, tôi gởi bài đến tờ báo *Măng Non*, sau này đổi thành *Văn Nghệ Trẻ* của văn sĩ Ngô Nguyên Dũng ở Tây Đức. Mãi năm 2003, tôi mon men vượt đại dương, tìm đến *Làng Văn* Canada. Được thời gian ngắn, anh Ngô Nguyên Dũng cho biết, báo *Làng Văn* có thể phải đình bản, vì những khó khăn về tài chánh. Duyên văn nghệ của tôi với *Làng Văn* chưa kịp "bén" đã chấm dứt. Nghe văn sĩ Hoàng Nga "mách nhỏ", tôi gởi bài đến *Văn Học*.

Có lẽ địa chỉ *hotmail* của tôi bị nhầm là thư rác, *junkmail,* điện thư bị trả lại với lý do không giao thư được. Tôi vẫn tiếp tục viết, xếp trong "tủ", lâu lâu đem ra đọc. Mỗi lần đọc, dặm thêm chút "mắm muối". Khi thêm vài dấu chấm phết. Khi bớt đôi chữ "thì, là, mà". Chị tôi, chị Hoàng Thanh Tâm, qua những hoạt động với trung tâm Độc Lập của Tây Đức, quen nhà báo Từ Nguyên, ông Trần Văn Ngô bên Pháp. Ông Từ Nguyên mời chị Thanh Tâm tham gia văn bút. Chị Tâm chuyển thư của ông Từ Nguyên đến tôi. Ông Từ Nguyên cho biết có sinh hoạt với báo *Thế Kỷ 21.* Tôi thầm nghĩ, Thế Kỷ 21 "cao" quá. Được là độc giả đã quý rồi. Chứ nào dám mơ xa thêm. Đôi đũa tre mộc mạc của mình biết làm sao để "chòi" tới mâm son.

Tôi gởi vài *emails* trao đổi, loanh quanh dọ ý ông Từ Nguyên. Năm 2004, tôi thu hết can đảm, gởi bài *Giấc Mơ Thực Vật* nhờ ông Từ Nguyên chuyển đến báo *Thế Kỷ 21*. Gởi đi, nhưng tôi không dám tràn trề hy vọng. Cũng không lóng ngóng trông thư trả lời. Vậy mà, ông chủ bút Phạm Xuân Đài đã dành cho Hoàng Quân ưu ái đặc biệt, ngay từ thuở Hoàng Quân chân ướt, chân ráo bước vào sinh hoạt chữ nghĩa. Ông cho đăng bài viết ngay trên số báo gần nhất, số 184, tháng Tám, 2004. Tôi nhận tờ *Thế Kỷ 21*, có đăng tựa đề *Giấc Mơ Thực Vật* ở trang bìa. Tôi vui mừng vô tả. Tôi hạnh phúc lâng lâng. Tôi cảm nhận đó là niềm vinh dự cho mình, được tờ báo có tầm vóc đón nhận như vậy. Tôi vội vàng chụp hình trang bìa, níu tay gia đình, bạn bè, rộn ràng kể, hớn hở khoe. Như vậy đó, với *Thế Kỷ 21* và chủ bút Phạm Xuân Đài, tôi đã trân trọng đặt khối gạch xây đắp căn nhà ước mơ thành văn sĩ của tôi.

Qua những lần liên lạc thư từ, tôi xin phép các "ông" cho gọi bằng anh, bớt phần khách sáo, xa cách. Mặc dầu, tính theo cả tên lẫn tuổi, tôi đi sau các anh rất xa.

Sau đó, anh Từ Nguyên đưa địa chỉ *email* của anh Phạm Phú Minh, bảo, có thể gởi bài trực tiếp. Năm nọ, anh Phạm Phú Minh gởi tặng tôi tờ đặc san Xuân của báo *Người Việt*. Trên bao thư ghi người nhận Hoàng Quân, tên của cu Bê, con trai tôi. Nhận được bưu phẩm cho mình, gởi từ Mỹ, cu cậu ngạc nhiên, thích thú. Vội vàng mở quà, cầm tờ báo xuân xinh đẹp trên tay, cu cậu thắc mắc, ủa, ai tặng cho mình quà này lạ hè. Tôi vội vàng giải thích. Thì, hồi xưa, mẹ có kể cho Bê rồi. Mẹ thấy tên Bê hay quá, nên mẹ mượn làm bút hiệu khi viết văn.

Cũng ở vùng nam California, văn sĩ Đặng Phú Phong là họ hàng bên Mạ tôi và bạn của Ba tôi. Ba tôi và anh Phong đã chia sẻ với nhau những ngày tháng trong trại cải tạo. Anh điện thoại thăm Ba tôi, tình cờ gặp tôi, chuyện trò qua lại, trao đổi bài vở. Năm 2009, mấy chị em tôi đưa Ba qua Mỹ ăn tết. Khi gặp nhau, Ba tôi và anh Phong mừng mừng, tủi tủi. Sau lần gặp gỡ đó, vợ chồng anh Đặng Phú Phong trở thành bạn bè của cả mấy anh chị em chúng tôi. Nhân dịp này, anh Đặng Phú Phong liên lạc anh Phạm Phú Minh. Đấy là lần đầu tiên Hoàng Quân đi cùng với thân phụ và người chị đến gặp ông chủ bút báo *Thế Kỷ 21.* Từ đó, Hoàng Quân thành "người nhà" của *Thế Kỷ 21,* hãnh diện được đứng gần cây cao bóng cả của nhiều tên tuổi trong làng chữ nghĩa.

Khi nghe tin báo *Thế Kỷ 21* đình bản, tôi cảm thấy hụt hẫng. Như đánh mất điều gì rất thân thiết, quý giá. Anh Phạm Phú Minh chuyển qua làm tờ *Phụ Nữ Diễn Đàn* với dự định cải tổ hoàn toàn tờ *PNDĐ* thành một tờ báo có phẩm chất cao. Hoàng Quân cộng tác với *PNDĐ* một thời gian. Năm 2009, số báo có hình bìa rất mỹ thuật với tranh Đánh Thức Đồi Hoa của họa sĩ Đinh Cường, bài *Tắt Nắng Buộc Gió* của Hoàng Quân được "vai kề vai" với *Soeur Sourire, Nụ Cười Hay Nước Mắt* của nhà văn Đặng Mai Lan. Tôi lại vui mừng tở mở, hí hửng "rao tin" khắp bạn bè.

Westminster 02.2012

Vợ chồng anh chị Đặng Phú Phong, vợ chồng Hoàng Quân, anh Phạm Phú Minh

Về sau, anh Phạm Phú Minh cùng một số văn, thi sĩ... làm tờ báo điện tử *Diễn Đàn Thế Kỷ.* Tôi xem mình như thành viên trong gia đình văn nghệ *DĐTK.* Tôi rất vui, được đi lui tới trong vườn nhà. Đọc những bài rất nặng ký của những tên tuổi cao lớn trong diễn đàn chữ nghĩa, đôi khi, tôi hơi chút ngài ngại, cảm thấy mình "bé bỏng" trong sinh hoạt này. Nhưng những lúc anh Phạm Phú Minh góp ý đôi câu cho bài mới gởi, hoặc hỏi bài cho số xuân, là niềm khích lệ rất lớn cho tôi, là thôi thúc cho tôi ngồi vào bàn viết, mở "thư viện" của mình để viết tiếp, mặc những bận rộn và áp lực của cuộc sống.

Tờ *DĐTK* phát triển nhanh và trở thành phổ biến trong thời gian ngắn. Số lượng người xem tăng nhiều. Qua *DĐTK,* tôi được nhiều mối duyên thú vị. Có lần, tôi nhận được *email* của chị bạn, gởi cho tôi *link* của *DĐTK,* đăng truyện *Chàng Nghệ Sĩ.* Chị bảo, "Chị thích bài viết đó, và nghĩ, chắc em cũng sẽ thích, nên giới thiệu với em." Lúc đó, tôi mới thỏ thẻ với chị, "Dạ, Hoàng Quân là Hoàng Thị Ngọc Thúy đó chị." Lần khác, chị của bạn tôi, gởi cho tôi *Bài Ca Hạnh Ngộ,* chị vừa "hái" được trong "vườn" DĐTK. Chị sôi nổi, "Tác giả không phải tên của em. Nhưng chị 'chắc như bắp' là em. Vì thấy toàn là 'người thật, việc thật". Một ông bạn Ba tôi ở Texas, có máu văn nghệ, rất vui tính. Bác hay liên lạc với Ba tôi. Thỉnh thoảng, thay mặt Ba, tôi trả lời thư bác, gởi kèm vài bài viết của Hoàng Quân đến bác. Khi tôi gởi bài *Nhật Ký Màu Tím,* thì bác cười (trong *email*), rằng bác biết bài này, do hai người bạn của bác đã đọc trên DĐTK, chuyển bài đến cho bác.

Một độc giả thường trực của Diễn Đàn Thế Kỷ, vì thích

những bài viết của Hoàng Quân, chị lên mạng "dò la" tông tích của tác giả. Chị gọi điện thoại đến tòa báo hỏi, có thể liên lạc với Hoàng Quân qua *email.* Lúc ấy, vợ chồng chúng tôi đang có mặt Nam California. Với một chuỗi tình cờ dễ thương, cộng thêm chút xếp đặt của anh Phạm Phú Minh, giờ đây độc giả đặc biệt ấy là người bạn tâm giao của tôi.

Năm nọ, anh Phạm Phú Minh chuyển cho tôi *email* của anh Song Thao. Anh Song Thao hỏi, "Hoàng Quân là ai mà viết... hay quá vậy. " Ui chao, tôi nở phồng cả mũi. Khi đọc *TK21,* tôi rộn ràng tìm phần *Phiếm* của Song Thao. Đọc đâm ghiền như đọc truyện kiếm hiệp. Vậy mà, bây giờ được người mình "mê", khen như vậy, hỏi sao không cảm thấy hạnh phúc mênh mang. Coi như anh Phạm Phú Minh bắt nhịp cầu tri âm cho tôi và và ông "trùm" *Phiếm* Song Thao. Sau đôi lần thư từ, anh Song Thao bảo, anh tính rủ tôi viết chung phiếm. Nghe ông trùm nói vậy, tôi rón rén viết thử *Ngôn Ngữ, Chuyện Đó Đây.* Tôi băn khoăn miết, rụt rè hỏi anh Song Thao, giống phiếm chưa, cần thêm mắm muối gì nữa không. Thì anh cười (tôi đoán vậy), bảo, phiếm đứt đuôi con nòng nọc rồi. Thế là tôi yên tâm, gởi bài đến tòa báo.

Xuân Kỷ Sửu 2009, anh Phạm Phú Minh "rủ" họp mặt vào mồng một tết tại Quận Cam. Anh bảo, "chỉ một số nhỏ bạn thân thiết của anh như Trần Mộng Tú, Bùi Bích Hà, Võ Phiến... " Lúc đó, tôi đang cùng thân phụ đi thăm họ hàng bè bạn ở bắc California. Hụt buổi hội ngộ tôi tiếc hùi hụi.

Năm 2015, nghe tôi đi dự Hội Nghị Liên Trường Quảng Ngãi ở Seattle, anh Minh "đánh tiếng" với chị Trần Mộng Tú, thi sĩ khả ái với những vần thơ mượt mà... *ngoài vườn đầy hoa nở, trong hồn ngập mộng mơ...* Trong ngôi nhà xinh xắn trên triền đồi, nhìn xuống hồ thật thơ mộng ở thành phố Bellevue, tiểu bang Washington, chị Trần Mộng Tú và phu quân, anh Frank đã khoản đãi vợ chồng tôi, chị tôi và hai người bạn buổi trò chuyện thân mật, ấm cúng. Tôi không những yêu thích thơ văn của chị, mà còn ngưỡng mộ những sinh hoạt thiện nguyện của anh chị. Tôi vẫn mong sẽ có một ngày rất gần, được trở lại nơi căn nhà với hai câu thơ trước của: *Khi trở về dẫu tuổi gầy sương tuyết, Bốn bàn chân sẽ làm ấm thềm nhà.*

(Bellevue 08.2015
Frank, Hoàng Quân, Trần Mộng Tú, Hoàng Thanh Tâm, Trần Văn Hải, Trương Trọng Lợi)

Mãi năm 2016, tôi mới "thấy" bài *Lê Hữu Và Một Thời Âm Nhạc* của anh Phạm Phú Minh/Phạm Xuân Đài (viết năm 2011). Đọc xong, tôi nhủ lòng, nhất định phải làm sao để đọc trọn cuốn sách mới được. Lại gõ cửa ông thám tử Gồ. Cuối cùng, tôi liên lạc được với anh Lê Hữu. Giờ đây tôi sở hữu cuốn *Âm Nhạc Của Một Thời* và gặp thêm một tâm hồn đồng cảm, đồng điệu với mình. Những ngày mê mẩn trong *Âm Nhạc Của Một Thời*, tôi bắt gặp đây kia những lời ca anh Lê Hữu rất yêu. Mà những câu hát đó, chàng nàng của Hoàng Quân vẫn trìu mến trên môi. Đọc được cuốn sách hay cũng phải có cái duyên. Tôi lại cám ơn anh Phạm Phú Minh đã se thêm một mối duyên văn nghệ cho tôi.

Kỳ nghỉ lễ cuối năm nay, tôi tìm được đôi chút thời gian rong ruổi trong *Nét Xuân Sơn*, trang nhà đăng lại một số bài viết của Phạm Xuân Đài. Khi "bắt gặp" *Hoa Tím Bâng Khuâng* của anh Phạm Phú Minh trong "vườn", tôi ngạc nhiên lẫn thích thú: anh Phạm Phú Minh và tôi có bài viết về cùng một đề tài: hoa *Jacaranda*.

Anh Phạm Phú Minh viết *Hoa Tím Bâng Khuâng* từ thế kỷ trước, tháng năm 1993. Ngày ấy, khi ngắm phượng ở Quận Cam Hoa Kỳ, anh Minh đã miên man:

"Một niềm hạnh phúc bất chợt sẽ đến với bạn, khi bạn lái xe rẽ vào một con đường nhỏ êm đềm với những rặng hoa tím, tím ngát đất trời. Ngửng mặt nhìn vào đám mây tím lãng đãng ấy bạn sẽ lạc ngay vào một vùng tâm thức lạ lùng, vừa sửng sốt vừa phiêu diêu. Đó là một loại màu tím không giống bất cứ thứ tím nào bạn đã thấy."

Đọc xong bài *Hoa Tím Bâng Khuâng*, tôi ngẩn người, hỏi thầm mình, chơ bao lâu nay mắt mũi tôi cất đâu, mà không "thấy" được hoa tím bâng khuâng. Để mãi đến năm 2009, lúc đi làm ở Nam Phi, mới "khám phá" hoa tím, phải mần mò hỏi quanh mới biết đấy là *Jacaranda*. Trong *Phượng Xưa* tôi đã say đắm:

"... Qua nhiều ngõ phố, những hàng phượng tím hai bên đường như chụm đầu tình tự với nhau.

...

Từ vuông cửa sổ phòng khách sạn, tôi nhìn mông lung xuống thành phố bên dưới. Trong nắng chiều tà, những tàng phượng tím đẹp quyến rũ lạ lùng. Cuộc sống đôi khi có những tình cờ kỳ diệu. Bao lần đến Johannesburg, mảnh đất ở phương nam châu Phi vẫn tạo nhiều ấn tượng trong tôi. Nhưng mãi lần này, tôi mới thấy những hàng phượng tím. Những cây Jacaranda bao năm khoe sắc ở thành phố này, chứ đâu phải mới rộ nở cho tôi ngắm lần này đâu!

...."

Không biết khi anh Phạm Phú Minh đọc bài *Phượng Xưa* của tôi gởi đăng trên *DĐTK*, anh có mỉm cười, nhớ đến hoa tím của anh không. Riêng tôi, có niềm vui nhẹ nhàng, khi thấy hoa tím "của" mình ở Châu Phi và hoa tím "của" anh Phạm Phú Minh ở Châu Mỹ có những nét đáng yêu giống nhau.

Anh Phạm Phú Minh là ông chủ bút thật dễ thương. Anh khích lệ tinh thần, chỉ dẫn, góp ý cho tôi. Hơn nữa, anh rất "chiều lòng" cộng tác viên. Anh đã phải ghi chép cẩn thận để đăng bài Đứng Ngẩn Trông Vời đúng vào ngày 24.01, nhân sinh nhật con trai tôi. Hoặc đưa bài *Tuổi Ngọc Cho Nàng Trên Xứ Người* vào ngày 14.01, đúng ngày tôi sang Tây Đức 30 năm trước.

Mỗi khi tôi gởi bài, anh Phạm Phú Minh luôn có thư hồi đáp. Thỉnh thoảng, anh viết dôi dòng nhận xét, cảm nghĩ. Hoặc chỉ trả lời ngắn ngọn, ngộ nghĩnh. Lúc nhận *Xiêm*

Áo Thênh Thang, anh trả lời, "xiêm áo của Hoàng Quân đã đến Hoa Kỳ". Nhận bài *Yêu Lời Mẹ Ru*, anh bảo, "Cảm động lắm. Đăng bài này thế nào ông Song Thao cũng lại khen, vì vợ ổng người Huế, ổng rất rành tiếng Huế... Phải một bà-mẹ-viết-văn mới viết được..."

Ngoài ra, anh luôn tìm những hình minh họa đặc sắc cho bài. *Người Ấy Ngày Xưa* có cánh phượng hồng rất đẹp. Tuần lễ đó, *Người Ấy Ngày Xưa* là một trong những bài viết được đọc nhiều nhất trong tuần. Có lẽ một phần nhờ hình minh họa bắt mắt.

Anh Phạm Phú Minh đối với Hoàng Quân không chỉ đơn thuần là ông chủ bút đọc bài vở, chọn lọc để đưa lên báo. Ban đầu, tôi gởi bài đến tòa báo để dự đăng. Nhưng về sau, viết xong bài nào, tôi gởi đến anh Phạm Phú Minh, như thể gởi bạn thân, tri kỷ cùng chia sẻ những cảm nghĩ, suy tư của mình. Còn chuyện đăng báo là quyết định của chủ bút. Bài *Người Cày Có Ruộng*, tôi viết xong giữa khuya, kể lại "bi hài kịch" lên bờ, xuống ruộng, thời kỳ đi xin việc ở tuổi tri thiên mệnh của tôi. Gởi cho anh, giống như tìm người nghe mình tỉ tê tâm sự những chông chênh của cuộc sống. Anh như người bạn kiên nhẫn, lắng nghe chuyện, hiểu và cảm được những nỗi niềm của mình. Ngay trong khuya đó, anh trả lời thư, nói, đã đọc một mạch xong NCCR và muốn đăng ngay trong ngày hôm sau. Lúc ấy đã gần tết nguyên đán, vì trong bài viết có mấy câu... *Chim én ơi, khi báo tin xuân Giáp Ngọ đang về với trần gian*... nên anh em chúng tôi đồng ý giữ bài chờ dịp tết. Tết đó, anh tìm hình tranh sơn dầu Đồng Quê Việt Nam tuyệt đẹp, đăng chung với bài viết.

Tôi muốn làm cuốn sách thứ hai, tập truyện *Nhớ Tiếng*

À Ơi. Tôi ngỏ ý nhờ anh viết bài giới thiệu tập truyện, kiểu như lời tựa. Anh nhận lời viết, mặc dù thời gian ấy anh rất bận bịu với báo chí cũng như những chương trình sinh hoạt của anh. Đọc bài giới thiệu của anh Phạm Phú Minh, độc giả đã rỉ tai với Hoàng Quân. "Ông Phạm Phú Minh thật giỏi, khám phá mọi ngóc ngách trong tâm hồn của Hoàng Quân, đem lên cho thiên hạ đọc. Tuyệt vời." Hoặc, "Chưa thấy ai viết điểm sách mà nghiêm túc và sâu sắc như ông Phạm Phú Minh." Hoặc "Ông Phạm Phú Minh thật xứng với những danh xưng, nhà văn, chủ bút của báo và nhà biên khảo. Bài ông ta viết thật hay, mạch lạc và đầy đủ... " ...

Bước đầu, tôi cộng tác với *Măng Non, Văn Nghệ Trẻ, Làng Văn*. Nhưng qua *Thế Kỷ 21* và sau này *Diễn Đàn Thế Kỷ*, với chủ bút Phạm Phú Minh, Hoàng Quân mới thực sự là Hoàng Quân của ngày nay.

Như vậy đó, nhờ duyên lành, tôi gặp *Thế Kỷ 21* và anh Phạm Phú Minh năm xưa. Mười mấy năm qua, tôi may mắn gặp thêm nhiều duyên lành khác, có thêm bạn văn, bạn đọc, bạn lòng. Để bây giờ, mặc những tất bật, áp lực của thế giới chung quanh, tôi vẫn tìm được niềm vui trong viết lách và vẫn tìm được những tâm hồn đồng điệu, dẫu không nhiều, nhưng đối với tôi cũng đủ thăng hoa cuộc sống.

Như anh Phạm Phú Minh đã viết trong bài giới thiệu tập truyện *Nhớ Tiếng À Ơi*, "Hoàng Quân đã đến với báo Thế Kỷ 21 như thế, cách đây đã 12 năm... chúng tôi vẫn còn duyên nợ văn tự với nhau... " Ước mong chúng tôi vẫn *duyên*, vẫn *nợ văn tự* thật nhiều năm nữa.

Thuở tiểu học, tôi dùng bút mực ngòi lá tre nắn nót những bài tập làm văn. Lên trung học, tôi xài bút máy *Pilot* trau chuốt những bài luận văn. Tự lúc nào, ước mơ viết văn luôn quanh quẩn bên tôi. Giờ đây, quá nửa đời người, ngồi vào bàn phím viết tiếng Việt trở thành đam mê, là sinh hoạt cần thiết đối với tôi. Với người bạn Anh, Mỹ tôi sẽ reo lên, *I am really a lucky beggar*. Gặp bạn Đức tôi sẽ cao giọng rằng, *ich bin echt ein Glückspilz*. Và với người Việt, tôi sẽ rạng rỡ, bạn ơi, tôi may mắn và hạnh phúc quá chừng.

Tháng Giêng năm Đinh Dậu 2017

VẪN CHUYỆN CON THÚY

Con đường đến nơi làm việc của tôi khá nhiêu khê và mất thì giờ. Nhưng tôi cố tập cho mình không ngán ngẩm, khi nghĩ đến đoạn đường gập ghềnh ấy. Tôi đặt ra chương trình "sinh hoạt" để tận dụng thời gian lông bông, bốn tiếng đồng hồ mỗi ngày, từ nhà đến hãng và trở về. Tôi tự phong mình là vận động viên *Triathlon,* phối hợp ba môn thể thao: đi bộ ngoài đường, ngồi trong xe lửa, đứng trong xe buýt. Biết đâu đây sẽ là hình thức *Triathlon* được ưa chuộng của thế kỷ 21. Sáng sớm, khi đầu óc còn tỉnh táo, tôi rút bài tập nhạc, học nốt, học kỹ thuật, đánh đàn trong trí. Một lúc sau, thấy bên trái, bên phải, đàng trước, đàng sau, nhiều hành khách gật gà, gật gù, tôi cảm thấy hình như mình cũng *đôi con mắt ố mấy lim dim*... Thế là tôi cất bài tập, mở nhạc trong điện thoại, ráng nhíp mắt, ngủ "nướng" vài phút trước khi vào hãng.

Một thứ sáu nọ, nhờ trục trặc nhỏ, một tình cờ đáng yêu, tôi đã thay đổi chương trình và có được những giây phút trở về dĩ vãng thật diệu kỳ. Khi cầm cây bút quẹt quẹt để mở nhạc trong điện thoại, tôi lại mở nhầm cửa *Facebook*. Vừa lúc đó, trong *Facebook*, hiện lên bài viết CON THÚY trong địa chỉ "nhà" của Thao Tran. Đọc điện thư, xem *Facebook* và liên lạc qua *viber* là những "công việc" tôi hoàn tất trong giờ nghỉ trưa. Lệ thường, mở nhầm cửa, chỉ cần đóng sầm lại, rồi tìm cửa khác mở. Nhưng Thao Tran là người anh họ của nhỏ bạn thân của tôi. Tựa đề CON THÚY nghe thiệt hấp dẫn. Thế là tôi mở rộng cánh cửa *Facebook*, bước hẳn vào "sân nhà" của Thao Tran. Tôi đọc say sưa, quên bẵng cái không gian chộn rộn của giờ đi làm theo nhịp sống công nghiệp chung quanh.

Theo từng dòng chữ của anh Trần Thảo, ký ức của mấy chục năm trước bỗng nhiên thật sống động. Này là tờ báo *Tuổi Hoa* với hình bìa cô bé mắt thật to, tay cầm cọng cỏ. Kia là tờ *Tuổi Ngọc* với các thiếu nữ mình hạc, xương mai. Đây là *Anh Chi Yêu Dấu* của Đinh Tiến Luyện. Đó là *Cô Bé Treo Mùng* của Hoàng Ngọc Tuấn. Nào là *Con Thúy, Thằng Vũ, Thằng Côn, Chương Còm*... Đọc đến đoạn... "Thúy học cùng lớp với người em họ của tôi, dưới tôi một lớp. Và người anh của Thúy cũng là bạn của tôi. " Tôi nghĩ thầm, ủa, con Thúy nào có lý lịch giống mình quá vậy ta. Cách đây mấy năm, qua diễn đàn của trường Anh Văn *IVS*, tôi được đọc nhiều bài thơ rất đẹp của anh Trần Thảo, anh họ của Quỳnh Lâm, nhỏ bạn thân của tôi. Tôi vặn vẹo:

- Ông anh mày làm thơ hay quá trời đất. Sao hồi giờ mày không kể cho tụi tao nghe hử?

Bạn tôi cười lỏn lẻn:

- Tại ổng sợ thơ lọt vô mắt tao, như đàn gảy tai trâu. Nên tao có biết đâu để khoe với mày.

Anh Lam của tôi có đôi lần nhắn, có liên lạc với H, cho anh gởi lời thăm. Tôi đọc tiếp, "Thúy nói giọng Huế nghe ngộ ngộ, hay hay. " Ô, vậy chắc CON THÚY là... con Thúy thiệt rồi. Tôi vẫn chăm chăm nhìn vào màn ảnh nhỏ của điện thoại. Một phần, như có sự lôi kéo mình đọc thật nhanh. Một phần, lại muốn tiện tặn, muốn đánh vần từng chữ, đọc chầm chậm, kẻo... hết. Tôi đang trong cơn mơ màng nhớ lại những ngày tháng thế kỷ trước, thì bị kéo về thực tế trần trụi, khi có tiếng báo trên loa phóng thanh của xe lửa. *Frankfurt- Hauptbahnhof - Dieser Zug endet hier. Bitte alle aussteigen. Nhà ga chính của Frankfurt, trạm cuối. Yêu cầu mọi người rời tàu.* Tôi ba chân, bốn cẳng nhập vào dòng người trên những thang cuốn để chạy sang cổng khác, đổi tuyến đường xe. Trên con đường còn lại đến hãng, tôi đã đọc đi đọc lại nhiều lần bài viết CON THÚY. Tôi cảm thấy niềm vui nhẹ nhàng, đằm thắm. Vào văn phòng, tôi vẫn thấy lòng lâng lâng. Mặc kệ công việc bù đầu, bù cổ. Mặc kệ "mụ" đồng nghiệp cà chớn, ỷ ma cũ bắt nạt ma mới. Vào bếp pha cà phê, biết chỉ có một mình, tôi cao hứng hát nho nhỏ, *Ô mê ly, mê ly đời ta*. Được niềm vui bất ngờ vào Thứ Sáu. Quả là món quà đặc biệt cho cuối tuần. Giờ nghỉ trưa, tôi viết mấy dòng cám ơn anh Trần Thảo đã tặng cho món quà bất ngờ. Anh bảo, nghe cuộc sống "mới" của tôi vất vả quá. Nên thương cảm em gái, và viết theo cảm xúc của anh. Tôi thích CON THÚY, vì tôi là con Thúy. Nhưng suy cho cùng, ai trong chúng ta cũng vậy. Nếu là húi cua, có lúc là thằng Vũ. Nếu là kịp tóc, có khi là con Thúy. Bởi vậy, tôi nghĩ, chắc nhiều người sẽ tìm thấy con Thúy của mình trong CON THÚY của Trần Thảo.

CON THÚY thân ái cầm tay tôi, dắt tôi về Quảng Ngãi của những ngày tháng đầu thập niên 70. Tôi đang những năm đầu của trung học đệ nhất cấp. Cách bên trái nhà tôi một căn, có tiệm tạp hóa Trung Tín. Người con trai út trong gia đình, anh Hiền, là bạn với anh Lam tôi. Chỉ là một gia đình láng giềng, chẳng có gì đặc biệt. Cho đến một hôm, anh Lam tôi đưa cho tôi cái hai bảng tên vải, bảo tôi thêu tên cho anh và cho anh Hiền. Chuyện thêu thùa đối với tôi khó khăn tựa như chuyện lấp biển vá trời. Học bạ của tôi, môn nào cũng được chữ "giỏi", chữ "khá". Riêng môn nữ công, lãnh chữ "kém" gọn ơ. Tôi không biết là ông anh tôi ngỡ tôi có hoa tay, hay anh Hiền nhờ thêu. Bỗng nhiên, tôi cảm thấy mình có một sứ mệnh vô cùng quan trọng. Chăm chút mũi thêu đường thụt lùi mà lòng bâng khuâng, là lạ. Thêu xong, tôi đưa bảng tên cho anh Lam tôi, chứ chưa bao giờ nói chuyện với anh Hiền. Tôi không biết anh Hiền có dùng được bảng tên tôi thêu cho anh hay không. Sau đó, mỗi khi đi ngang nhà anh Hiền, tôi tự dưng có chút ngại ngùng, đôi khi vẩn vơ trong trí, không biết anh có "ngó" mình không. Thời gian ngắn sau, có các anh bạn khác lui tới với anh Lam tôi. Tôi không chú ý nữa. Tôi không còn quan tâm có "ánh mắt trông theo" hay chăng. Nhiệm vụ của tôi bây giờ là sưu tầm thơ tình, để dành sẵn. Mỗi khi anh tôi cần tặng cô nào, tôi cặm cụi chép theo đơn đặt hàng của anh tôi. Có khi tôi kiêm luôn dịch vụ chim xanh, đi trao thơ của ông anh cho các nàng thơ của chàng. Vả lại, chẳng biết tự lúc nào, những mơ mộng của tôi bắt đầu bay "xa", bay "cao".

Ở nhà sách của gia đình tôi ngày xưa, những bản nhạc in rời kích thước *DIN A4* là một trong những mặt hàng được ưa chuộng. Nhạc được xếp theo vần, treo trên các giây chăng ngang song song trần nhà. Bắt đầu là *Ai Lên Xứ Hoa Đào* của nhạc sĩ Hoàng Nguyên. Cuối cùng là *Yêu* của nhạc sĩ Văn Phụng. Khách hàng ngước lên nhìn, thích bài hát nào, cứ giật xuống, đem đến trả tiền. Bài hát *Thà Như Giọt Mưa* có hình bìa là ca sĩ Duy Quang. Nền hình bìa màu nâu nhạt, tựa đề bài hát màu đỏ, phía dưới có hàng chữ Thơ Nguyễn Tất Nhiên, phổ nhạc Phạm Duy. Tôi thích bài hát ghê lắm. Nhưng không dám xin Mạ. Vì tuổi tôi thuở đó, theo lẽ thường tình, phải yêu *Tuổi Mộng Mơ*, nghe Thái Hiền ca *em ước mơ mơ gì tuổi mười hai, tuổi mười ba*... Tuy là con nít, tôi mê mẩn... *người từ trăm năm về ngang trường Luật*... Mặc dù giữa trường Luật và con bé vừa vào trung học là quãng đường xa ngút ngàn. Lòng thổn thức khi nghe... *Ta hỏng tú tài ta hụt tình yêu*... Thỉnh thoảng, tôi phụ Mạ tôi xếp nhạc để chuẩn bị treo lên trưng bày. Đã nhiều lần, khi xếp đến bài hát *Thà Như Giọt Mưa*, tôi dừng tay lại, ngắm hình bìa bài hát lâu hơn... Lòng reo vui khi nghe "anh" Duy Quang ca *Này cô em bắc kỳ nho nhỏ, này cô em tóc demi garcon*. Rõ ràng bài hát không liên quan gì đến tôi, cô em "Huế kỳ", tóc bum bê... Nhưng tôi thương bài hát, từ hồi bé tí, hồi hãy còn lâu mới đến tuổi mười sáu, cho đến khi gần bước vào tuổi sáu mươi, vẫn còn thương. Tôi tìm những tờ giấy đẹp, đem bút máy nắn nót chép nhạc, *Em xưa còn thắt bím, nuôi dưỡng thêm ngây thơ, Anh xưa còn lính quýnh giữa sân trường trao thư*... Tôi đã thích chép thơ, chép nhạc từ khi còn rất nhỏ. Vì thích vậy thôi, chớ nào có phải là đúng tâm sự hay đồng cảm gì đâu. Một con bé hỉ mũi còn chưa sạch, làm sao hiểu được... *hai năm tình lận đận, hai đứa già hơn xưa..*

Buổi chiều cuối tuần, trời vẫn còn tươi nắng của ngày hè muộn. Nơi đây, ở Âu Châu, cách xa chốn cũ của thời thơ ấu hàng ngàn cây số, những ký ức của thế kỷ trước bỗng rộn ràng, tươi rói trong trí. Ngồi giữa cây cỏ trong vườn nhà, ngước nhìn trời xanh lơ qua kẽ lá của tàng cây táo, con Thúy ngày nay bâng khuâng, mơ màng. Có lẽ cũng như con Thúy ngày xưa, của hơn bốn chục năm trước, nó đang tận hưởng những khoảnh khắc hạnh phúc trong cuộc sống. Cám ơn anh Trần Thảo, đã nhờ CON THÚY đem đến cho con Thúy những *giây phút chạnh lòng như mới lớn*.

Một món quà tuyệt vời, anh Trần Thảo ơi.

Tháng Chín 2016

Trích trong bài thơ *Nên Sầu Khổ Dịu Dàng* của Nguyễn Tất Nhiên

....
Lỡ giòng đời tóc điểm muối tiêu
Còn đôi phút chạnh lòng như mới lớn
...

Phụ Lục:

CON THÚY

Năm đó, tôi khoảng mười hai tuổi. Vào tuổi ấy, những bạn cùng trang lứa của tôi vẫn còn đang thích đọc tạp chí Tuổi Hoa của nhà văn Quyên Di. Nhưng cá nhân tôi, hình như tình cảm lãng mạn phát triển khá sớm, tôi mon men tìm đọc tạp chí Tuổi Ngọc của nhà văn Duyên Anh. Chỉ nghe cái tên Tuổi Ngọc, ai cũng hiểu nó dành cho những cô cậu vừa lớn tuổi *teen*, bắt đầu bước vào một giai đoạn đẹp nhất của đời người: Những chàng trai, cô gái, một hôm nào bỗng thấy hồn mình rung động vì một bóng hình.

Vì tiếp xúc với Tuổi Ngọc, nên tôi có dịp đọc những tác phẩm của nhà văn Duyên Anh. Một trong những tác phẩm nổi tiếng của ông, CON THÚY là truyện tôi đọc đầu tiên. Chính tác phẩm này để lại trong tôi nhiều ấn tượng nhất.

CON THÚY thật ra cũng chưa phải là một truyện viết về tình yêu đôi lứa. Bởi những nhân vật chính trong đó cũng ở vào khoảng tuổi của tôi lúc bấy giờ. Nhưng qua cách phân tích tâm lý tuyệt vời của Duyên Anh, ông đã cho người đọc hiểu được những thay đổi tâm lý sinh động của mấy cô, mấy cậu choai choai.

Không gian của truyện CON THÚY là tỉnh Thái Bình. Thời gian là khoảng đầu thập niên 40, khi người Nhật đảo chính, thay thế người Pháp, nắm quyền cai trị Đông Dương.

Con Thúy và thằng Vũ, hai nhân vật chính của truyện, đã cho tôi cái cảm giác rung động thật sự, khi thấy hình ảnh chính mình xuất hiện trong những mẩu đối thoại, những ánh mắt ngại ngùng, những nhớ mong không đâu vào đâu của nhân vật chính. Có phải tôi cũng đã ở trong một quá trình thay đổi tâm lý để rồi sẽ từ từ trưởng thành?

Dĩ nhiên là như thế, nhưng vào thời gian ấy, với lứa tuổi nhóc tì, làm sao tôi có thể hiểu được? Tôi chỉ thấy mình mỗi ngày mỗi lạ, vậy thôi.

Rồi tôi cũng lớn dần theo ngày tháng. Khi tôi đã thực sự bước vào tuổi *teen* với những mơ mộng của một chàng trai mới lớn, truyện CON THÚY vẫn không phai mờ trong tâm trí của tôi. Chỉ là tâm lý của tôi bây giờ đã khác, nghe giống như ai đó viết «*Nắng ở đây vẫn là nắng ngày xưa nhưng linh hồn tôi không còn là linh hồn tôi năm trước*". Tôi không còn giống như thằng Vũ ngày xưa của tỉnh lỵ Thái Bình. Tâm lý của tôi vào thời gian này được Huy Cận diễn tả rất gọn trong mấy câu thơ:

Vậy đó, bỗng nhiên mà họ lớn
Tuổi hai mươi đến có ai ngờ
Một hôm trận gió tình yêu lại
Đứng ngẩn trông vời áo tiểu thơ.

Tôi đã yêu và được yêu. Chuyện có từ thời Ông Adam và Bà Eva, chả có gì đáng nói. Tôi chỉ muốn nói đến một góc cạnh khác của đời mình, có liên quan đến CON THÚY của nhà văn Duyên Anh, khiến mỗi lần nghĩ đến, tôi đều cảm thấy một niềm vui nho nhỏ, dễ thương.

Năm tôi học lớp mười, khoảng niên khóa 74-75, tôi quen một cô gái tên Thúy. Thúy học cùng lớp với người em họ của tôi, dưới tôi một lớp. Người anh của Thúy cũng là bạn của tôi. Có lẽ những liên hệ này khiến tôi quen Thúy. Chứ thật ra tôi và Thúy chẳng có liên hệ gì, gặp nhau cười, chào nhau thế thôi. Thúy rất xinh. Khuôn mặt rất thanh tú, với mái tóc chấm ngang vai, và đôi mắt có màu xanh của những người rất thông minh, pha chút lém lỉnh. Thúy nói giọng Huế nghe ngộ ngộ, hay hay. Trước 1975, tôi chưa bao giờ đặt chân ra xứ Thần Kinh. Nên có thể nói giọng nói của Thúy đã cho tôi cái ấn tượng đầu tiên về miền đất của Hoàng Thành, rất gần về địa lý đối với xứ Quảng quê tôi, nhưng rất xa xôi đối với cá nhân tôi thuở ấy.

Sau năm 1975, xảy bao nhiêu dâu biển của một cuộc đổi đời. Trong khoảng hơn một năm sau đó, tôi vẫn còn thỉnh thoảng gặp Thúy trên đường phố xứ Quảng. Nhưng rồi bẵng đi một dạo, tôi không còn gặp lại Thúy nữa. Tôi không biết mà cũng không hề thắc mắc. Bởi vì tôi đối với Thúy như một người anh đối với cô em gái. Tôi không mơ mộng tình cảm gì với cô bé rất xinh này, nên cũng chẳng rầu rĩ hát ca khúc *Thúy đã đi rồi.*

Sau này, khi tình cờ gặp lại trên *email,* tôi rất vui, khi biết Thúy đã định cư rất lâu ở Tây Đức. Qua đó, tôi mới biết khoảng thời gian tôi không còn gặp Thúy ở xứ Quảng, vì Thúy xuôi nam, vào Sài Gòn để học tiếp ở trong đó. Khi được người thân bảo lãnh qua Tây Đức, Thúy phải học lại chương trình trung học ở xứ người, rồi hoàn thành chương trình Đại Học, ra đi làm. Điều đáng nói là tôi rất phục cô bạn nhỏ này, khi biết Thúy giữ vai trò khá quan trọng trong sở làm của mình. Đấy là do tôi nghe ai đó truyền tai, chứ Thúy chả bao giờ khoa trương với tôi. Thúy còn là cây viết mà tôi thực lòng ái mộ. Những đoản văn, những hồi ức của Thúy về những khoảng đời đầy kỷ niệm ở xứ Quảng trước 1975, của tuổi học trò nhiều mơ mộng, những khó khăn chồng chất của cuộc sống gia đình sau cuộc đổi đời, và gần nhất là những nỗ lực không ngừng để đi học, đi làm ở xứ người. Những vui buồn của cuộc sống, Thúy đã gom lại trọn vẹn trong tập truyện BÔNG HOA TRÊN PHÍM, khiến người đọc có cảm tưởng như mình được tác giả dẫn dắt đi vào từng ngõ ngách của cuộc đời, hạnh phúc, khổ đau đủ cả.

Thúy kể tôi nghe nỗi buồn vời vợi của mình khi Mẹ Thúy qua đời. Bây giờ, chỉ còn lại ông cụ thân sinh. Gần đây, Thúy rất vui dù phải dời chỗ ở, đổi công việc, với lý do duy nhất là Thúy muốn được về ở gần ông cụ, săn sóc, chăm nom cho thân sinh của mình. Mỗi ngày Thúy phải mất gần bốn tiếng đồng hồ đi, về để đến chỗ làm. Về tới nhà ngoài việc lo cơm nước, còn phải dành thời gian đưa ông cụ đi dạo một chút, thế nên Thúy không có thời gian cho FB hay trang mạng gì cả. Tôi thật sự xúc động khi nghe nỗi lòng của Thúy. Đó cũng là lý do tôi muốn viết về Thúy hôm nay.

Có thể là một trùng hợp tình cờ chăng? Tôi không biết. Chỉ biết là khi tuổi đời tôi chưa thực sự bước vào giai đoạn rung động của tình yêu, tôi đã yêu thích CON THÚY của nhà văn Duyên Anh vô cùng. Tôi còn nhớ bức họa CON THÚY, hình bìa của tác phẩm của Duyên Anh, là cô bé gương mặt bầu bĩnh, với hai bím tóc dễ thương. Còn cô em gái tên Thúy của tôi thì tóc chả bao giờ thắt bím, gương mặt trái xoan xinh đẹp, chả bầu bĩnh gì cả. Thúy của nhà văn Duyên Anh khi sợ đã thốt lên "Eo ôi thấy mà ghê." Còn em gái tôi, ngầu lắm nghe, ánh mắt ấy cho thấy, dù có núi chặn trước mặt, thì cũng tìm đường quanh để mà đi. Anh chúc Thúy luôn an vui, Thúy nhé.

Trần Thảo

Tháng Chín 2016

Sau khi đọc *Vẫn Chuyện Con Thúy*, anh Trần Thảo thích chi tiết "ánh mắt trông theo", đã phóng bút làm thêm bài thơ:

ÁNH MẮT TRÔNG THEO

Em đi qua, anh hãy nhìn theo nhé
Để em vui, rộn rã với niềm riêng
Con phố quen, tiếng rao hàng buổi sáng
Chân ai ngập ngừng, trước cà phê Uyên.

Tuổi mười ba, chiếc áo dài mới mặc
Mẹ may cho, màu trắng rất tinh khôi
Phan Bội Châu, con đường em đi học
Qua mỗi ngày, vẫn lạ, nụ cười tươi.

Anh nhờ thêu, bảng tên trên túi áo
Em vụng về, nên đường chỉ không ngay
Anh mãi khen, chỉ làm em mắc cỡ
Nhưng trong tim, lại thích những lời này.

Con Thúy xưa, giờ nơi miền đất lạ
Bận rộn từng ngày, cuộc sống đa đoan
Có nhiều khi, nhớ về khung trời nhỏ
Em bâng khuâng, tiếc một thuở vàng son.

Đến bao giờ, em được nhìn trở lại
Góc phố ngày nào, tên gọi Quang Trung
Có dáng ai chờ, nhìn người đi học
Ánh mắt trông theo, bao nỗi ngại ngùng.

Trần Thảo
Tháng Chín 2016

CHUYỆN CON CHUỘT RĂNG

Lần đầu Bê thay răng sữa, Bê đã làm náo loạn "hoàng cung" của ông bà Ngoại. Bê đang ráp máy bay Lego. Mô hình này khó lắm, dành cho người lớn từ tám tuổi trở lên. Tụi con Thiên Hương, con Cốm thấy Bê ráp như vậy phục lắm. Tụi nó coi một lúc rồi cũng chán, rủ nhau đi chơi búp bê Barbie. Càng tốt, khỏi có mấy câu hỏi rắc rối. Đột nhiên Bê cảm thấy vị mặn trong miệng, ủa, có gì cứng cứng vậy cà. Bê đưa tay lên nhả ra. Trời đất ơi, máu và cái răng. Bê vừa chạy ra phòng khách, vừa la khóc:

- Mẹ ơi, Mẹ ơi. Kêu xe *Notarzt* (bác sĩ cấp cứu) tới chở con vô bịnh viện ngay.

Cả nhà vây quanh Bê. Mẹ ôm Bê dỗ dành:

- Từ từ để Ba coi sao.

Ba lấy khăn giấy lau tay cho Bê, gói răng rồi chạy xuống bếp. Bê mếu máo:

- Thiếu một cái răng làm sao mà ăn.

Cậu Kem cười ré lên:

- Tưởng gì. Lấy bớt mấy hũ Hipp của cu Bờm cho Bê ăn. Hay là Bê nhịn bớt, nhẹ người, đá banh chạy cho lẹ.

Bà Ngoại gạt ngang:

- Cậu Kem đừng chọc cháu nữa. Cháu đang sợ mà. Bà Ngoại cũng hết hồn luôn đó.

Cậu Kem còn ráng thọt thêm một câu:

- Bê đừng cười nhiều nghe. Chỗ đó trống, gió lọt vô là đau bụng đó.

Mẹ gắt nhẹ:

- Nói tầm bậy. Cháu tưởng thiệt làm sao?

Mẹ vuốt tóc Bê:

- Cậu Kem nói giỡn thôi con. Cái răng rụng đó là răng sữa. Thay răng chứng tỏ là con lớn thêm tí nữa. Bây giờ con là học trò lớp một rồi mà. Răng mới sẽ mọc ở đó.

Bê vẫn còn thút thít:

- Mai nó đã mọc chưa?

Ba giảng giải:

- Mai chắc là chưa. Có thể tuần tới.

Bê phụng phịu:

- Vậy mấy đứa tưởng con là thằng tí sún sao.

Thiên Hương và Cốm vội vàng đồng ca:

- Ê, cái thằng Tí sún, Tí sún. Nhe cái răng nham nhở chổi cùn. Vì nó lười đánh răng sớm tối. Lại nhai kẹo suốt ngày không thôi...

Mẹ vuốt má Bê:

- Răng mới này con phải giữ kỹ. Chớ để sâu răng là thành Tí sún thiệt đó. Cái răng rụng con để nơi bệ cửa sổ. Ban đêm có con chuột răng đi qua, nó thấy con giữ răng tốt, không chừng có quà.

Nghe tới chữ quà, Bê sáng rỡ con mắt:

- Ba ơi, cho con cái răng để tối nay con đưa con chuột coi.

Ba kêu Mẹ xuống bếp. Lúc Bê la khóc um sùm, Ba đã quýnh quáng ném cái răng vô thùng rác. Ba Mẹ trải mấy tờ báo ra, mần mò một hồi. Cuối cùng, tìm được răng cho Bê.

Món quà đầu tiên chuột răng tặng cho Bê là con khủng long màu xanh, lông của nó mịn ơi là mịn. Đó là con *Brachiosaurus*, có cái cổ dài ngoằng. Nó hiền lành lắm. Chỉ ăn cây cỏ chớ không hung dữ, ăn thịt như con *Tyrannosaurus Rex*. Bê thương nó nhứt trong họ hàng khủng long. Lúc đó Bê đang mê khủng long quá trời đất. Bê có cái đèn ngủ hình *Triceratops*, đồng hồ báo thức hình *Dimetrodon*. Hôm sinh nhật, Bê được rất nhiều quà có hình khủng long: một bộ *Memory*, một bộ bút màu và bao nhiêu là sách. Mẹ tạm ngưng đọc truyện *Con Ong Maja*, chuyển qua đọc sách khủng long cho Bê.

Sau đó, các răng sữa của Bê lần lượt rụng. Chuột răng mang quà đến cho Bê khá đầy đủ. Nếu ngày nào cũng có răng rụng, ngày nào cũng có quà. Vậy thì quá đã. Nhưng không được. Hôm trước, Mẹ đọc trong tờ Medizini cho Bê nghe, thường thường người ta chỉ có 32 cái răng mà thôi. Bê nghĩ, phải chi mình có một ngàn cái răng, có lý vô cùng.

Có lần Mẹ đi làm xa. Bê buồn, vì tối không có ai đọc sách. Bê chỉ thích chơi lăn với Ba, chớ Ba đọc sách, Bê hay ngủ liền lắm. Bê không câu giờ được. Lần đó, Bê bị rụng răng, Bê để cái răng lên cửa sổ như thường lệ. Sáng ra, không thấy quà, Bê khóc bù lu, bù loa. Mém chút Bê bị Ba cho ăn đòn. Bê giận con chuột răng lắm. Trên đường tới trường, Bê còn tấm tức, con chuột kỳ cục, hung dữ, mau quên. Tại sao nó không biết là Bê mới rụng thêm cái răng nữa chớ. Ba phải la Bê:

- Con cứ cằn nhằn như vậy nó nghe được, nó thấy như vậy là không ngoan. Nó giận, không bao giờ đem quà tới nữa đó.

Tối đó Bê gọi điện thoại cho Mẹ. Bê cũng vẫn còn giận con chuột. Bê nói nho nhỏ cho Mẹ nghe, sợ tới tai con chuột răng. Lỡ nó giận, nó đi luôn, Bê buồn lắm. Mẹ nhẹ nhàng trong điện thoại:

- Có thể chuột răng không biết chắc cái răng của ai. Tối nay con đem cái răng để trên bệ cửa, rồi viết trên tờ giấy:

Đây là răng của Bê.

- Mà con viết tiếng Việt hay tiếng Đức đây Mẹ?

Rồi Bê tự trả lời:

- Con viết hai thứ tiếng cho chắc ăn.

- Ừ, vậy được đó. Để Ba chỉ cho con viết. Chúc Bê của Mẹ ngủ ngon. Mẹ nói chuyện với Ba chút nghe.

Lần đó, Bê được bộ ba ông tài xế cho Lego Technik. Con chuột răng hay thiệt. Nó biết Bê đang thích, đang cần mấy ông tài xế. Bê có nhiều Lego Technik lắm, nào là xe đua, xe gắn máy, xe cần câu... Nhiều xe mà không có ai lái cả. Chờ tới sinh nhật đến bảy tháng lận, giáng sinh thì phải sáu tháng nữa. Chuột răng ơi, Bê cám ơn chuột răng nhiều lắm, Bê thương chuột răng nhiều nhiều.

Sau lần đó, Bê luôn có thư kèm cho chuột răng. Lúc đầu Bê viết hai thứ tiếng. Về sau Bê chỉ viết tiếng Việt mà chuột vẫn hiểu. Càng lúc Bê càng thương chuột răng. Quà nào cũng đúng ý Bê cả. Nào là truyện tranh Asterix, Lucky Luke, cuốn Atlas bự ơi là bự. Bây giờ Bê đã vào lớp ba. Bê tự viết thư cho chuột được rồi. Thỉnh thoảng Bê còn vẽ tranh tặng chuột. Có khi mấy tháng Bê mới rụng một cái răng. Bê cũng biết là mình sắp hết răng sữa rồi. Tháng trước chuột răng tặng cho Bê cái nón có phù hiệu của FC Bayern. Đó là đội banh ruột của Bê cũng như của cả đám bạn Bê.

Sáng nay, một cái răng của Bê rụng. Có tí xíu máu mà thôi. Bây giờ Bê *cool* lắm. Không những Bê chẳng sợ mà Bê còn vui vì sắp được quà. Chiều về, Bê nắn nót viết thư cho chuột. Bê chưa bao giờ xin chuột món quà gì, mà chuột lúc nào cũng như đọc được ý Bê. Lần nay Bê hy vọng chuột cho bê dĩa *CD Get Down* của Backstreet Boys, tuần rồi nghe ở nhà Xavier thích lắm. Sáng ngủ dậy, Bê chạy vội lại cửa. Chắc Bê sẽ xin Mẹ cho Bê nghe một lần trước khi đi học. Tuần này Mẹ bịnh, không đi làm. Bác sĩ dặn Mẹ phải tịnh dưỡng, nghỉ ngơi. Hãng Ba lại nhiều việc bất ngờ, nên Ba đi sớm, về trễ. Buổi sáng Bê tự lo cho Bê đi học. Trên bệ cửa còn cái răng và lá thư. Ủa, sao kỳ cục cậy. Bê cảm thấy thất vọng nhưng không khóc.

Mẹ nhỏ nhẹ:

- Con chuẩn bị đi học kẻo trễ. Mẹ sẽ liên lạc với con chuột để biết lý do tại sao.

Chiều hôm đó Bê quên lửng chuyện chuột răng. Ở *Kinderhort (*lớp bán trú) làm bài tập ở nhà xong, David và Bê xem hình các cầu thủ nổi tiếng của Đức. Hai đứa đổi hình với nhau. Bê phải đưa cho David hai hình, một của Oliver Kahn, một của Mathias Sammer, để đổi chỉ một hình của Andreas Koepke, đệ nhất thủ môn của đội tuyển quốc gia Đức. Bê thích làm thủ môn, vì thủ môn rất quan trọng, và vì Bê thấy thích, tự nhiên thích mà thôi. Chuyện này có lần Ba Mẹ bàn cãi với nhau khá sôi nổi. Ngày xưa Bê rất mê McDonald's. Khoai tây chiên là món khoái khẩu của Bê, các loại nước *shakes* cũng hấp dẫn vô cùng. *Big mac* thì Bê chỉ được Ba cho cắn môt tí thôi. Mẹ dứt khoát không bao giờ cho Bê trọn một cái *big mac.* Cuối tuần trời đẹp, Ba rủ Bê đi coi xe hơi. Mẹ ở nhà viết thư cho bạn bè. Bê đi theo mà không cằn nhằn đòi về. Gần tiệm xe hơi có tiệm McDonald's, Bê sẽ xin Ba cho qua chơi cầu tuột trước cửa tiệm một chút. Sẵn dịp, Ba ghé mua cho Mẹ ly sữa dâu, cho Bê một túi thiếu niên, và cho Ba như thường lệ, một cái *big mac*. Sau khi thanh toán xong khoai tây chiên, một cái *hamburger* và ly *cola*, Bê mân mê món quà kèm trong túi. Ba đẩy qua cho Bê một góc của cái *big mac:*

- Ba để phần cho Bê đó.

Bê reo lên mừng rỡ:

- Cám ơn Ba, chiến quá. *Big mac* là ngon nhứt trong trái đất.

Mẹ không vừa ý:

- Bê ăn như vậy là quá nhiều. Ba cho thêm làm chi nữa. Đồ ăn của McDonald's chỉ béo mà không bổ.

Ba chống chế:

- Ừ, thì biết vậy rồi. Mà lâu lâu mới ăn một lần, đâu đến nỗi nào. - Rồi Ba giỡn.- sống ở đời ăn miếng *big mac*, chết xuống âm phủ biết có hay không?

Mẹ nghiêm mặt:

- Ba không để ý đó chớ. Mẹ mua quần cho Bê, vừa chiều dài thì bụng thiếu cả mấy tấc. Quần cho Bê mặc cứ phải cắt chiều dài bỏ đi cả nửa thước.

- Thì cũng tiện. Khúc vải dư để dành đắp lên đầu gối. Chứ Bê đá banh quần rách đầu gối liền tù tì. -Ba tỉnh bơ.

Mẹ cao giọng:

- Nói chuyện đá banh Mẹ càng lo thêm. Bê chỉ thích làm thủ môn mà thôi. Chắc tại hơi nặng cân, nên lười chạy chứ gì? Hồi mấy năm trước, Bê nói với Mẹ, Bê thích làm cảnh sát, rất là oai. Nhưng Bê không làm cảnh sát rượt ăn trộm, mất công chạy nhanh. Bê làm cảnh sát ghi giấy phạt xe đậu bậy, chỉ đi tà tà mà vẫn ngon lành như thường.

- Đó là chuyện hồi xưa. Bây giờ con không thích làm cảnh sát nữa đâu.- Bê xen vào.

- Con nít thích nghề này, nghề kia là chuyện bình thường.- Ba gục gặc đầu.

- Thì đúng vậy. Nhưng khi con nít thích những nghề ít hoạt động là do có vấn đề với trọng lượng cơ thể.

- Mẹ quan trọng hoá vấn đề quá. Bê có hơi tròn trịa thiệt, nhưng đâu đến nỗi nào. - Ba lắc đầu.

- Phòng bệnh hơn chữa bệnh. Ngày xưa bà Ngoại kỷ luật sắt với Mẹ, mấy dì, mấy cậu lắm đó.

- Ba sẽ nhớ để ý hơn trong vấn đề ăn uống của Bê. - Ba cầu hoà, rồi quay sang Bê.- Từ nay mình sẽ bớt đi McDonald's nghe Bê.

Bê chỉ hình người của đồ chơi *Toy Story*:

- Ăn thì con chỉ thích sơ sơ thôi. Con thích nhứt là đồ chơi kèm theo thôi.

- Vậy thì thay vì đi ăn, Ba Mẹ mua đồ chơi cho Bê nghe.

oOo

Bê về đến nhà, Mẹ đang nằm ở ghế dài trong phòng khách. Bê cởi giày, cởi áo khoác, thưa Mẹ xong Bê vội vàng chạy vô phòng tính soạn mấy tấm hình mới đổi được để dán vào cuốn *Europe* 96. Bê chợt nhớ hôm nay Mẹ bệnh, nghỉ ở nhà. Bê chạy ra phòng khách. Mẹ ngồi dậy:

- Hôm nay đi học vui không con?

- Dạ vui lắm. Mẹ còn bệnh nhiều không? Con đấm lưng cho Mẹ nghe?

- Cám ơn Bê. Mẹ còn bệnh, đừng lại gần. Mẹ sợ lây cho con. -Mẹ xua tay.

Bê xuýt xoa:

- Tội nghiệp Mẹ quá chừng. Con pha nước chanh với mật ong cho Mẹ nghe. Nước chanh có nhiều sinh tố lắm đó Mẹ. Mẹ nằm nghỉ chờ con một chút nhe.

Bê chạy xuống bếp. Gì chứ pha nước chanh, nước cam là nghề của Bê. Mẹ chỉ việc cắt chanh, cam mà thôi. Bê nói với lên phòng khách:

- Mẹ cắt chanh cho con đi. Hay bữa nay Mẹ cho con cắt thử nghe?

Tiếng Mẹ nhỏ:

- Con coi trong tủ lạnh còn trái chanh lẻ nào không? Nếu không, Mẹ xuống cắt cho.

Bê mở tủ lạnh, hên quá! Có nửa trái chanh. Bê để ly

nước lên bàn:

- Mời Mẹ uống. Con chơi trong phòng. Mẹ có cần chi thì kêu con.

Mẹ dịu dàng:

- Cám ơn con. Bê của Mẹ dễ thương quá. Con ngồi bên ghế nói chuyện chơi với Mẹ chút xíu đi. Bê mấy tuổi rồi con?

- Mẹ biết mà. Con gần chín tuổi rưỡi rồi. -Bê láu táu. Con cao tới lỗ tai Mẹ đó. Mẹ đứng dậy đo đi.

Mẹ chậm rãi:

- Ừ, Mẹ nhớ. Tuần rồi hai mẹ con mình mới đo mà. Con có nhớ cái răng con để trên bệ cửa sổ tối hôm qua không?

Lúc đó Bê mới nhớ đến chuột răng:

- Mẹ, nó có đem quà tới hả Mẹ.?

- Không, nó không đem quà tới. Con có tưởng tượng con chuột nó ra sao không?

- Nó dễ thương hết sức. Nó cho con những món quà rất là chiến. Mà nó mạnh lắm nên nó mới khiêng nổi cuốn Atlas bự cho con chứ.

- Con chuột răng nó thương con lắm. Nó để ý coi con thích gì, rồi nó mua sẵn, để khi con có rụng răng là nó có quà cho con.

Bê làm ra vẻ hiểu biết:

- Dạ, đúng rồi. Chứ đêm khuya đâu có tiệm nào mở cửa cho nó mua quà đâu.

Mẹ cười nhẹ:

- Có khi con chuột đi xa, nó không kịp biết Bê có rụng răng.

Bê ngẫm nghĩ:

- Vậy kỳ này chắc nó cũng đi xa. Bữa nào nó về con mới có quà, Mẹ há!

- Kỳ này nó chưa mua quà sẵn, mà không phải nó đi xa. Nó ở đây, hiện nó đang bị bệnh. Mẹ lắc đầu.

- Tội nghiệp nó quá. Con mong cho nó hết bệnh. Nó khoẻ lại là con vui. Thôi để con viết thư nói nó khỏi mua quà cho con nữa. Không sao đâu Mẹ, con mượn cái dĩa *Get Down* của Julian để Ba thâu qua băng *cassette* cũng được. - Bê xuýt xoa.

Mẹ nhìn Bê, ánh mắt tràn ngập yêu thương:

- Bê của Mẹ dễ thương quá. Chuột răng vui lắm, chắc chuột sẽ mau lành bệnh.

Bê chợt hiểu, Bê muốn chạy lại ôm lấy Mẹ:

- Con biết rồi, con biết rồi, con chuột răng đang ở đây với con. Con thương con chuột răng thêm một triệu lần nữa.

Lúc đó, cửa nhà xịch mở. Ba về. Bê vội vàng chạy lại Ba:

- Ba ơi, bữa nay con gặp chuột răng rồi. Ba có muốn làm quen với chuột răng không Ba?

Ba treo áo lên móc, chậm rãi:

- Ba quen chuột răng lâu lắm rồi, quen thân lắm. -Ba

quay qua Mẹ.- Mẹ có vẻ khoẻ hơn hôm qua đó.- Ba nhìn Bê.- Ba thương chuột răng lắm! Còn con có thương chuột răng không?

- Dạ có, triệu triệu lần. -Bê dang rộng hai tay làm dấu.

Ba lục lọi trong túi:

- Bữa nay Ba phải ra sớm để ghé qua tiệm nhạc. Chuột răng nhờ Ba mua cái dĩa Backstreet Boys. Ngoài tiệm có nhiều dĩa của nhóm này. Ba lựa một dĩa, hy vọng là trúng.

Mẹ cười nhỏ:

- Đó là món quà nhỏ hai vợ chồng chuột tặng cho con đó, vì con ngoan, con dễ thương quá chừng.

Bê ôm lấy Ba:

- Bê thương vợ chồng chuột răng qua khỏi mặt trăng tới mặt trời luôn. Mai Mẹ hết bệnh con sẽ ôm Mẹ, hôn Mẹ một ngàn cái nghe Mẹ, nghe Mẹ.

VỀ TRUYỆN NGẮN CỦA HOÀNG QUÂN

Nguyễn Văn Thực

Người ta bình phẩm những tác phẩm, những văn bản, người ta suy nghĩ về một bài thơ, một vở kịch, một nhân vật... *Về* -- giới từ này cho thấy người ta đang tạo ra một bài văn thứ hai, người ta quan sát, bình luận, đánh giá và người ta tạm đưa ra một phán quyết tương đối về công trình chữ nghĩa nào đó.

Như vậy phê bình có 3 bước: diễn tả ra những gì mình biết, bình phẩm và định giá.

Có những nhà phê bình văn học chuyên nghiệp, cũng có những nhà phê bình tài tử vì tuy không được đào tạo trường lớp nhưng được soi sáng thiên bẩm hay vì nhờ đọc nhiều tác phẩm qua nhiều năm. Các phê bình tài tử này bình luận về các tác phẩm văn chương trong những lúc trà dư tửu hậu với bạn bè hoặc những khi êm ả một mình đọc một tác phẩm và tự đâu đâu những ý tưởng về tác phẩm nổi lên trong đầu, chạy rần rần trong huyết quản và đôi khi khơi cửa tuyến lệ, thốt thành lời tán thán.*

Hoàng Quân tên thật là Hoàng Thị Ngọc Thuý. Gia đình người Huế. Sống ở Quảng Ngãi, Đà Nẵng, Sài Gòn. Từ 1982, Định cư ở Đức, tốt nghiệp ngành Quản Trị Kinh Doanh. Và từ đó công tác và làm việc trên 30 nước Á, Âu, Phi Châu.

Đa số những truyện của Hoàng Quân nói về những ngày ở quê nhà xứ Việt, những ngày ở Đức và về các chuyến công tác; nhiều nhất là về các chuyến đi làm việc cho các cơ quan tài chánh.

Có nhà phê bình (quên tên) nói rằng: Độc giả bỏ tiền ra để mua cái tưởng tượng của quý ông quý bà nhà văn, chứ không phải để mua cái chuyện đời của quý vị. Xin đừng bê vào sách những chuyện loại đó.

Ông nói thế e hơi quá.

Trong văn chương thế giới có nhiều người đã làm như thế và đã làm một cách thành công. Văn chương Việt Nam cũng vậy. Nguyên xi hoặc một phần.

Thì mới đây thôi, chúng ta có Nguyễn Lê Hồng Hưng trên tờ Thế Kỷ 21 những năm trước và DĐTK ngày nay, đã cho chúng ta những truyện ngắn hấp dẫn, đầy nghệ thuật dựa trên những chuyến hải hành khắp thế giới của ông như một đầu bếp. Chuyện thực mà được nhỏ vào đó một chút tình: tình yêu trai gái, tình hoài hương, lòng thương đồng bào mình và một chút chăm chút kỹ thuật thì cũng hay chẳng kém gì chuyện hoàn toàn hư cấu. Mà thực ra chẳng có truyện nào hư cấu trăm phần trăm cũng như chẳng có gì sinh ra từ hư vô. Gì thì gì, rưới tình vừa đủ (thế nào là đủ, mỗi tác giả châm chước khác nhau), viết cho khéo (mỗi tác giả có một kiểu khéo riêng), thì Tình và Kỹ sẽ nâng những sự kiện khô khan thành những trang truyện cảm động lòng người.

Tương tự với Hoàng Quân.

Bây giờ chúng ta thử điểm qua một số truyện tiêu biểu trong tập truyện *Bông Hoa Trên Phím* (12 truyện) và *Nhớ Tiếng À Ơi* (15 truyện) và *Đứng Ngẩn Trông Vời* (không rõ bao nhiêu truyện, sẽ xuất bản năm 2018) của Hoàng Quân.

Đề tài của những truyện ngắn trong 3 tập trên thì đa dạng nhưng tôi chỉ đề cập đến 9 truyện được xếp vào những đề tài chính: Yêu tiếng Việt, Tình xưa, Nỗ lực vươn lên.

1. Yêu Tiếng Việt

§ Truyện ***Nhớ tiếng à ơi*** , ***Yêu lời mẹ ru*** và ***Khu vườn quốc văn***

Trong truyện NTAƠ, tác giả kể về một chuyến công tác cho ngân hàng mình, ở Istanbul, thành phố liêu trai, thơ mộng, nằm trải dài qua hai châu Âu – Á, cách nhau bởi eo biển Bosphoros. Có một đêm là đêm trăng. *"Ngồi bên bờ sông bên này, nhìn qua bên kia là châu Á, lục địa quê nhà tôi. Tưởng tượng, nếu cứ nhắm phía đông đi miết, là tới nhà. Trăng mười bốn sáng vằng vặc. Ánh trăng trải dài bàng bạc trên mặt nước. Nhớ ngày xưa còn nhỏ, tôi thích chạy theo trăng. Ngước mặt nhìn trăng, mình bước chậm, trăng kiên nhẫn đi theo, mình chạy nhanh, trăng cuống quít cho kịp."* Quê nhà ấy có gì? Thưa có cha, có mẹ, có bạn bè, có những ngày gian khổ nhưng cũng có những ngày hạnh phúc, những điều tuyệt diệu. Một trong những điều tuyệt diệu đó là được học chương trình Việt văn, đệ nhất cấp (lớp 6 – lớp 9) với những cô giáo đẹp đẽ như những bài thơ, áng văn cô dạy, những thầy giáo độc đáo, đầy cá tính mà yêu văn chương Việt, uyên bác văn chương Việt và truyền lại cho học sinh cái đẹp đẽ, nét thâm thuý của chữ nghĩa Việt từ ca dao cho đến Cao Bá Quát (YLMR). Quê nhà ấy, tiếng Việt ấy lại theo Thi qua Đức, rồi đến lượt Thi lại mớm cho con (trai) mình với những câu ca dao, những bài thơ mộc mạc về bà ngoại, về mái trường, về quốc sử Việt và về những cái chẳng là gì cả: *Con mèo con chó có lông/ Bụi tre có mắt nồi đồng có quai; Em tôi buồn ngủ buồn nghê/ Buồn ăn cơm nếp cháo kê thịt gà* nhưng cũng có những câu về luân lý ngàn đời: *"Ăn quả nhớ kẻ trồng cây"*, (nhưng bị Bê không đồng ý: *"Con ăn quả nhớ công Ba Mẹ đi chợ. Ba Mẹ trả tiền là trả công cho người trồng cây rồi.")* (KVQV) Ôi, cái tình mẹ vất vả làm ăn nuôi con, thương yêu bú mớm cho con, nhưng cũng cần mẫn, tha thiết biết bao truyền cho con dòng sữa tiếng Việt!

Cho nên, không lạ gì giữa đám đông những nhà tài chánh giỏi giang, lịch lãm Âu Châu nói tiếng Anh, tiếng

Đức, nhân vật nữ Thi bỗng thèm có người nói tiếng Việt với mình. *"Quay qua bên trái nghe xuýt xoa* fantastic. *Quay bên phải nghe* magnifique. *Tôi ngồi giữa cũng muốn buột miệng: tuyệt vời. Tôi muốn được trầm trồ trong tiếng Việt thân yêu của mình. Bỗng dưng tôi thèm nói, thèm nghe tiếng Việt kinh khủng."* May có xếp lớn muốn cho Thi hưởng được cái thú tha hương ngộ cố tri, nên đã giới thiệu một kiểm soát viên dự án Pierre, người Pháp, gốc Việt nhưng khi gặp thì:

"Tôi nghĩ, không cần phải ngại xếp mà nói tiếng Anh với nhau, tuôn ngay một tràng:

- Chào anh Pierre. Mới nghe xếp kể về anh đó.

Pierre bỗng lộ vẻ bối rối:

- Sorry, I cannot speak Vietnamese."

Hụt hững, càng cô đơn hơn, cô đơn ngôn ngữ. Nhưng, Jacque*:*

*"- Thi **ơi**, come here. (...)*

Đám bạn đồng nghiệp lao nhao:

- Ơi nghĩa là gì?

Tôi chậm rãi giải thích:

- Ơi là tiếng đệm, tách riêng không có nghĩa cụ thể. Nhưng khi đi chung với chữ khác, nhất là với đại danh từ, hoặc tên riêng, đôi khi lại là tất cả.

Đám đồng nghiệp cười thích thú, kêu nhau ơi ới, Sweetheart ơi, Liebling ơi... Mặc không khí ồn ào chung quanh, tôi ngồi im, tưởng tượng như được nghe: "Em ơi, bé ơi, cưng ơi!" Ui chao, nếu thọ đến trăm tuổi, tôi vẫn xao xuyến tâm hồn, khi nghe những tiếng à ơi của tiếng nước tôi."

Yêu tiếng nước chúng ta đến thế là cùng. Xót cho một nền văn minh với văn chương Việt đẹp đẽ đang nở rộ từ trong mái trường thủa ấy bị bóp nghẹt bởi những giây gai chủ nghĩa. Câu nói nổi tiếng của Phạm Quỳnh "Tiếng Việt còn, nước Việt còn." nghe như thấp thoáng trong ba truyện trên của Hoàng Quân.

Nơi truyện YLMR người ta còn thấy người mẹ giáo dục nhân cách con mình qua ngôn ngữ Việt và thấy cả niềm vui thấm đượm trong những lúc dạy con như thế. Tiếng Việt và nói rộng ra văn chương Việt vốn ẩn chứa niềm vui bởi đặc tính kỳ diệu của chúng. Ai thấy, ai nghe điều kỳ diệu mà không vui? Người ta cảm thấy người mẹ ấy mang thời thơ ấu hạnh phúc ngôn ngữ của mình ướp lấy đời con mình.

2. Tình xưa

§ Truyện ***Mía*** và ***Phượng Xưa***

(M). Bạn bè đồng nghiệp của Thi, những người giàu có, sang trọng thao thao về những món ăn chơi, ví dụ nghệ thuật nếm rượu, chiếm gần hết truyện. Toàn những chuyện không chút chi thơ mộng, gây chán, nhưng khi gần cuối truyện, bất ngờ, hiện ra cái cổ tay của người con gái: *Cổ tay em tròn như lóng mía, anh về thèm ngọt hết mấy năm*: Chỉ mấy dòng thôi cũng đủ mở rộng cánh cửa cho người đọc thấy một mối tình nhỏ bé, ngọt ngào quê hương cũ. Quê nghèo. Lóng mía sao bằng những chai rượu mắc tiền nơi khách sạn cao sang trời Tây. Vậy mà không bằng.

"Tưởng như đang ngồi trong lớp vào những giờ chính trị nhàm chán khô khan thuở làm sinh viên ở quê nhà. Cũng chẳng thể đổ tội cho trở ngại ngôn ngữ. Tiếng Anh, tiếng Đức tôi có rủng rỉnh trong túi xem ra dư xài. Vậy mà tôi cứ luôn cảm thấy thiêu thiếu những điều nào đó, thật mơ hồ nhưng rất cần thiết. Không biết làm gì, tôi đưa tay vọc vọc dây đồng hồ.

Marcel bỗng nói:

- Cổ tay của Thi gặp vấn đề với dây đồng hồ há!

Tôi cười cười:

- Không, ngược lại chứ. Dây đồng hồ gặp rắc rối chứ không phải tôi.

Barbara góp chuyện:

- Cổ tay của Thi nhỏ nhưng mà tròn. Mình thấy ngồ ngộ.

...Chợt nhớ câu thơ người bạn xưa ngâm nga: Cổ tay em tròn như lóng mía, anh về thèm ngọt hết mấy năm. "

(PX) Đi đâu thì đi tác giả vẫn mang theo trong mình quê hương, mối tình quê cũ thủa học trò. Chỉ cần một tín hiệu nhỏ, tình lại tràn về. Chàng lại hiện về, chàng học trò năm ấy. Phượng tím Nam Phi khơi ngòi say sưa về chàng, về một thời với chàng nơi quê cũ. Viết nhiều về chàng mà không làm người đọc chán vì lối văn dí dỏm, tinh nghịch như thể tác giả hoá thân thành nàng nữ sinh năm xưa ấy. Thành phố thơ mộng mà Thi phải vùi đầu với những việc không lên quan gì tới phượng tím. Một cú điện thoại từ Việt Nam của chàng Nguyên, Nguyên Quảng Ngãi phượng hồng, chỉ trong mấy phút (vì còn bận), đã đưa Thi về những ngày còn đi học. Những chuyện nghịch ngợm mà trong đó đã mai phục những hạt giống tình yêu. Làm hè Johannesburg phượng tím nhớ hạ phượng hồng Quảng Ngãi.

Và rồi như trong bao mối tình cũ khác, ngậm ngùi lại man mác trong từng trang truyện dù tác giả vẫn cố kìm giữ ngòi bút mình.

"Bỗng nhiên, mắt tôi như reo lên mừng rỡ, khi thấy những tàng hoa màu tím, như ngợp trời, điểm ít lá xanh, thật đẹp. Tôi vội đổi đề tài:

- Moffat (Mô-Phật), mấy cây hoa màu tím là hoa gì xinh quá vậy?

Mô-Phật vui vẻ:

- Jacaranda đó cô ạ. Hoa mùa hè đấy.

Tôi liên tưởng đến phượng hồng, hoa học trò của Việt Nam. Tai tôi nghe lan man những lời cắt nghĩa của Mô-Phật. Nhưng trí tôi lại bâng khuâng, lãng đãng đâu đâu với những câu hát... những chiếc giỏ xe chở đầy hoa phượng, em chở mùa hè của tôi đi đâu... *Qua nhiều ngõ phố, những hàng phượng tím hai bên đường như chụm đầu tình tự với nhau."(...)*

"Cảm giác mang mang, bâng khuâng, khó tả trong hồn. Hoàng hôn ở thành phố Johannesburg của Nam Phi, lục địa xa lắc quê nhà, tôi đang chầm chậm những bước lần qua lối xưa, tìm về ký ức của mấy chục năm trước. "

Nỗ lực vươn lên

§ Truyện ***Nhật ký màu tím, Người cày có ruộng, Giấc Mơ Thực Vật*** và ***Madrid Du Học Ký***

Trong nhiều truyện của ba tập trên, mà tiêu biểu là truyện NKMT, tác giả kể nhiều về chuyện học, chuyện chăm học, hăng hái học, học chữ nghĩa lại còn học đàn, về hai đấng sinh thành luôn tìm cách cho con đi học dù nhà bị tịch thu, cha bị đi "học tập cải tạo". Người ta cảm thấy rằng tác giả chưa ra khỏi được thủa ấu thơ khó khăn, chưa thoát khỏi những đau khổ của cha mẹ mình phải chịu. Những ký ức ấy được cất giấu, ướp dầu thơm và rồi khi có dịp được viết ra với tất cả trìu mến như những thánh tích đời mình. Và về những ngày tháng qua Đức, định cư ở Đức với lòng ham học, nỗ lực vươn lên cho tới khi tốt nghiệp. Khi tốt nghiệp, có việc làm, rồi mất việc, xin việc chỗ này, chỗ nọ, mệt mỏi như người tá điền đi cày lơi khơi vô vọng và cuối cùng hân hoan như khi ông ta được phát ruộng như trong NCCR. Truyện này được kể thật tỉ mỉ, dàn dựng khéo, đều, tạo nên tác dụng hồi hộp và cuối cùng làm cho người đọc cũng thở phào nhẹ nhõm như nhân vật khi nhân vật Thi nhận được việc lại.

Trong GMTV lại là những âu lo khi có tin rỉ tai là hãng sẽ cắt bớt nhân viên. Mà cắt thật. Rồi sao? Michelle, kiều nữ, nhân viên tài chánh giỏi giang, người Pháp, sau khi bị mất việc, chấp nhận làm cây tầm gởi. *"Chị Thi ơi, còn điều cuối muốn nói với chị:* Last but not least, *em sẽ lập gia đình vào mùa xuân tới. Em sẽ không kiếm việc làm. Vì có người tình nguyện nuôi em. Chắc chị rất ngạc nhiên hả. Em sẽ làm cánh hoa tầm gửi, em sẽ bám vào cây đại thụ Francois."* Còn Thi, nàng cũng mệt quá rồi nhưng nàng lại không muốn làm cây tầm gởi cho khoẻ, bám vào một cây cổ thụ cho đến mãn đời, nàng có những suy nghĩ dẫn tới một quyết định khác, những suy nghĩ và quyết định đó chẳng qua là một bước tiếp đương nhiên của một quá trình cố gắng học, học, học, dù bao khó khăn ở quê nhà.

Tác giả chắc chắn không muốn làm truyện cổ võ luân lý giáo khoa thư mà chỉ biết kể ra như chúng đã từng xảy ra, và đã tài tình kể, kể tỉ mỉ, khi lo ra lo, khi diễu vẫn cứ diễu được với ngòi bút của mình. Một bức tranh đa dạng về cảnh, về lòng người, về cách ứng xử của người được vẽ ra một cách sắc sảo.

Nơi MDHK, lại là một chuyện ham học khác. Nhân vật Thi, nhân thất nghiệp, lại được hãng tài trợ bồi dưỡng kiến thức. Thi chọn đi học tiếng Tây Ban Nha ở Madrid. Lại là một truyện rất hay khác. Hay ở chỗ tả lại được những người Tây Ban Nha đặc thù, những cảnh trí ở Madrid sắc nét và nhất là chuyện học tiếng TBN. Tác giả khéo trải, khéo gắn những từ ngữ mới học vào những cảnh trí khác nhau, làm cho người đọc xem một bức tranh thêu những mảng sống ở Madrid với những mũi thêu lăn tăn mà duyên dáng là những từ vựng TBN mà Thi mới học được.

Nói chung về cái khéo trong truyện của Hoàng Quân là ở chỗ điều hoà rất nhiều chi tiết vào một truyện mà không làm độc giả mệt, viết duyên dáng, giữ chừng mực không sa đà, sướt mướt trong ngôn ngữ và tạo được sự gay cấn cho tới kết truyện.

Về nội dung như đã nói trên đây là những hoài niệm về những ngày tháng ở Việt Nam và về những điều đáng nhớ trong nghề nghiệp của mình.

Văn của Hoàng Quân sẽ hay hơn nữa, nếu một số đoạn được viết gọn lại, mười câu thành hai, ba câu là đủ; nếu bớt trích thơ, trích lời ca khúc và thay vào đó lời của chính tác giả mà kẻ viết bài này sau khi đọc ra được mạch văn của tác giả, biết chắc chắn tác giả sẽ viết hay như các nhà thơ, các nhạc sĩ được trích dẫn, có khi hay hơn vì ai mà biết được thần nghệ thuật sẽ dìu hồn Hoàng Quân về đâu.

Oslo, 9.1.2018

*Dựa theo Patrick Sultan: *Cours sur la critique littéraire*, internet.

HƯƠNG SÁCH

(tặng tác giả Đứng Ngẩn Trông Vời)

Lê Hân

“đứng ngẩn trông vời áo tiểu thư”
câu thơ Huy Cận đẹp đến chừ
“mỹ nhân như thể câu thơ cổ”
thơ của Nguyên Sa vẫn còn như

đời sống tuyệt vời nhờ mỹ nhân
xưa, sau mãi mãi dáng tuyệt trần
tâm hồn tinh khiết cùng hương sắc
chắp cánh thơm tình áng thơ văn

càng lộng lẫy thêm trang giấy hoa
trang đài tay lụa mở thiết tha
nuôi chữ biếc xanh nồng tâm ý
đến với nhân gian nối đậm đà

“đứng ngẩn trông vời” ai trong văn
nắng trời vàng óng, ánh đêm trăng
tôi dường như thấy lòng người đọc
khựng lại bâng khuâng trước ngọn đèn

hoa nở đâu đây thoảng mùi hương
không gian bàng bạc chút hoang đường
áng thư sách mở từng hơi thở
đời sống giàu thêm những yêu thương.

Xin cám ơn

anh Khánh Trường

anh Lê Hân

anh Nguyễn Thành

anh Nguyễn Văn Thực

anh Tạ Quốc Quang

anh T. Vấn

và nhà xuất bản Nhân Ảnh

đã cùng góp bàn tay để

Dưỡng Ngân Trường Vôi

có thể đến với bạn đọc ngày hôm nay

~~Hoàng Xuân~~

Hoàng Thị Ngọc Thúy

Đức Quốc - Tháng Ba 2018

MỤC LỤC

Liên lạc Tác giả
Hoàng Quân
hoangthingocthuy@hotmail.com

Liên lạc Nhà xuất bản
Nhân Ảnh
han.le3359@gmail.com
(408) 722-5626

www.ingramcontent.com/pod-product-compliance
Lightning Source LLC
Chambersburg PA
CBHW030338310726
48979CB00001B/80

9781989924556